என் சிவப்புப் பால்பாயிண்ட் பேனா

என் சிவப்புப் பால்பாயிண்ட் பேனா

(கல்விக் கட்டுரைகள்)

ச. மாடசாமி

EN SIVAPPU BALLPOINT PENA (in Tamil)
S. MADASAMY
First Published: September, 2015 | 8th Print: January, 2023

Published by

BOOKS FOR CHILDREN
im print of Bharathi Puthakalayam
7,Elango Salai, Teynampet, Chennai - 600 018
Email: bharathiputhakalayam@gmail.com | www.thamizhbooks.com

என் சிவப்புப் பால்பாயிண்ட் பேனா
ச.மாடசாமி

முதல் பதிப்பு: செப்டம்பர், 2015 | எட்டாம் அச்சு: ஜனவரி, 2023
சித்திரம்: ரோகிணி குமார்

வெளியீடு:

புக்ஸ் ஃபார் சில்ரன்
பாரதி புத்தகாலயத்தின் ஓர் அங்கம்
7, இளங்கோ சாலை, தேனாம்பேட்டை, சென்னை - 600 018
தொலைபேசி: 044-24332424, 24332924, 24330024

அட்டைப்படம் : மணிவண்ணன்

விற்பனை நிலையங்கள்

7, இளங்கோ சாலை, தேனாம்பேட்டை, சென்னை - 600 018
விற்பனை நிலையங்கள்

அருப்புக்கோட்டை: கதவுஎண் *49 A/4* மெயின் ரோடு, தெற்கு தெரு - *9994173551*
ஈரோடு: *39: 39* ஸ்டேட் பாங்க் சாலை - *9245448353* | **கரூர்:** நாரத கானசபா அருகில் *(TNGEA OFFICE)- 9442706676*
காரைக்குடி : *12, 2* வது தெரு, கம்பன் மணிமண்டபம் பின்புறம் - *9443406150*
கும்பகோணம்: *352,* ரயில் நிலையம் எதிரில் - *9443995061* | **குன்னூர்:** *N.K.N* வணிக வளாகம் பெட்போர்ட்
கோவை: *77,* மசக்காளிபாளையம் ரோடு, பீளமேடு - *8903707294*
சிதம்பரம்: *22A / 18B* தேரடி கடைத் தெரு, கீழவீதி அருகில் - *9994399347*
செங்கல்பட்டு: *1 D* ஜி.எஸ்.டி சாலை - *044 27426964* | **சேலம்:** *15,* வித்யாலயா சாலை சாலை
சேலம்: பாலம் *35,* அத்வைத ஆஸ்ரமம் சாலை *0427 2335952*
தஞ்சாவூர்: காந்திஜி வணிக வளாகம் காந்திஜி சாலை - *9655542400*
திண்டுக்கல்: பேருந்து நிலையம் - *9942331105, 9976053719*
திருச்சி: வெண்மணி இல்லம், கரூர் புறவழிச்சாலை - *9994289492*
திருநெல்வேலி: *25A,* ராஜேந்திரநகர் - *9442149981* | **திருப்பூர்:** *447,* அவினாசி சாலை - *9486105018*
திருவண்ணாமலை: முத்தம்மாள் நகர் | **திருவல்லிக்கேணி:** *48,* தேரடி தெரு - *9444428358*
திருவாரூர்: *35,* நேதாஜி சாலை - *9442540543* | **நாகர்கோவில்:** *699* கே.பி.ரோடு *R.V.*புரம் - *9443450111*
நெய்வேலி: பேருந்து நிலையம் அருகில், - *9443659147* | **பழனி:** பேருந்து நிலையம் அருகில் - *9442883696*
பாண்டிச்சேரி: கிழக்கு கடற்கரைச்சாலை, இலாசுப்பேட்டை, *9486102777*
பெரம்பூர்: *52,* கூக்ஸ் ரோடு - *9444373716* | **மதுரை:** *37A,* பெரியார் பேருந்து நிலையம் - *045 22324674*
மதுரை: சர்வோதயா மெயின்ரோடு
வடபழனி: பேருந்து நிலையம் எதிரில் அடையார் ஆனந்தபவன் மாடியில் - *9444476967*
விருதுநகர்: *131,* கச்சேரி சாலை - *0456 2245300* | **வேலூர்:** பேஸ் *III,* சத்துவாச்சாரி - *9442553893*

நினைத்த நூல்கள்... நினைத்த நேரத்தில்...

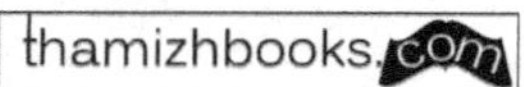

 8778073949

உள்ளே...

நன்றி

- செம்மலர்
- தி இந்து
- புதிய ஆசிரியன்
- விழுது
- சமத்துவக் கல்வி
- நாங்கள் (எஸ்.ஆர்.வி. மெட்ரிகுலேஷன் மேல்நிலைப் பள்ளி, சமயபுரம்)

1

என் சிவப்புப் பால்பாயிண்ட் பேனா

"…..the red pen for the bad things is the teacher's most powerful weapon"
- Frank Mccourt-Teacher Man

ஆசிரியரை 'பயந்த சர்வாதிகாரி' என்று சொல்வதுண்டு. சுற்றிலும் உள்ள எதைப் பார்த்தாலும் பயந்து அரளுவார். வகுப்பறைக்குள் மட்டும் ஒரு சர்வாதிகாரி போலக் காட்டிக் கொள்ளப் பார்ப்பார். பயந்த குடிமக்களை விரும்பும் ஒரு பயந்த சர்வாதிகாரி.

பணியில் சேர்ந்த புதிதில் சக ஆசிரியர்களின் கண்களுக்குக் கூடப் பயப்படுவேன். அந்தக் கண்கள், நான் பாடம் நடத்துகிற விதத்தை நோட்டம் விடும்.

"பையன்களைப் பார்த்து நடத்தாமல் எங்கேயோ பார்த்துப் பாடம் நடத்துறார்."

"வகுப்புக்குள் தேவையில்லாமல் அங்கிட்டும் இங்கிட்டும் நடக்கிறார்"

"பசங்களை வாங்க போங்க என்று மரியாதையிட்டுக் கூப்பிடுறார்" நான் பணியில் சேர்ந்த ஒரு வாரத்திற்குள் என் வகுப்பறை ரகசியங்கள் கல்லூரி முதல்வரின் டேபிளுக்குப் போய்விட்டன.

இது உண்மையா? இது உண்மையா? என்று கல்லூரி முதல்வர் கேட்கக் கேட்க, எனக்கு அடிவயிற்றில் நெருக்கடி. ஆசிரியர் அறையில் எந்நேரமும் பீதி சூழ்ந்திருக்கும். அட்டெண்டர் ஒரு சுற்றறிக்கையைக் கொண்டு வந்தாலும் 'யாருக்கோ ஓலை வருது' என்று ஒருவர் காதருகே குசுகுசுத்துத் திகிலூட்டுவார். ஓலை என்றால் மெமோ!

கடற்கொள்ளையர்கள் எப்போது சுற்றி வளைப்பார்கள் என்பது புரியாமல் பயந்துபயந்து நகர்ந்துகொண்டு இருந்தது இருண்ட கடற்பயணம். பற்றிக் கொள்ள ஏதாவது வேண்டும்; எனக்கும் சிறு அதிகாரம் வேண்டும். நானும் யாராவது சிலரை மிரட்ட வேண்டும். விரும்பியது விரைவில் எனக்குக் கிடைத்தது.

அது சிவப்பு பால்பாயிண்ட் பேனா. அதற்குள் சிறு அதிகாரம் நிரம்பிக் கிடந்தது.

2

கிராமப்புற மாணவர்கள். தட்டுத் தடுமாறி பாஸ் செய்து பியூசி வந்து விட்டார்கள். வரிக்கு வரி எழுத்துப் பிழை இருக்கும். ஆங்கில ஆசிரியர் எங்களோடு பேசிக் கொண்டே பேப்பர் திருத்துவார். பேப்பரைப் பார்க்காமல் எங்களைப் பார்த்துக்கொண்டே சர் சர் என்று அடித்தல் கோடு போடுவார்.

"என்ன சார் இது?" என்று நாங்கள் கேட்க வேண்டும் என்று எதிர்பார்ப்பார். நாங்கள் கேட்போம். "செக் பண்ணிப் பாருங்க! நான் கோடு போட்ட இடத்தில் நிச்சயம் மிஸ்டேக் இருக்கும்" என்பார். மாணவர்கள் மீது அவ்வளவு பெரிய நம்பிக்கை!

நான் இன்னொரு துருவம். வரிக்கு வரி விடைத்தாளைப் படித்துத் திருத்துபவன். முடிஞ்சுச்சா? முடிஞ்சுச்சா? என்று கேட்டுக் கேட்டுத் துறைத்தலைவர் விரக்தியின் எல்லைக்கே போனபிறகுதான் விடைத்தாள் கட்டை முடித்து அவர் கையில் கொடுப்பேன்.

ஆசிரியர் அறையின் கவனத்தைக் கவர்வதற்காக அவ்வப்போது விடைத்தாளில் உள்ள பிழைகளை வாசித்துக் காட்டுவேன். இது நேர்மைக் குறைவான பழக்கம் என்று அப்போது நான் உணர்ந்திருக்கவில்லை.

காவடிச்சிந்து ஆசிரியர் அண்ணாமலை ரெட்டியாரை அண்ணாமலை ரொட்டியார் என்று மாணவன் எழுதிய போது இந்த வேடிக்கையைப் பகிர்ந்து கொள்ள வேண்டும் என்று தோன்றும். வாசிப்பேன். ஆசிரியர் அறை அலறும்.

புதிதாகப் பணியில் சேர்ந்த நான் ஆசிரியர்களோடு கலப்பதற்கு இந்தக் குறுக்கு வழி பயன்பட்டது. சில ஆசிரியர்கள் டிசிப்ளின் டிசிப்ளின் என்று கத்துவார்கள். ஆனால் அவர்களின் உள்முகங்களை ஆசிரியர் அறையில் காணலாம். எந்நேரமும் பாலியல் குறியீடுகளோடுதான் பேசுவார்கள். கல்வி சார்ந்த பேச்சு ஆசிரியர் அறையில் கம்மி.

ஒருமுறை என்னைக் கேளாமலே, என் மேசையில் இருந்த விடைத்தாளை எடுத்து ஆங்கில ஆசிரியர் வாசித்தார். "நலங்கிள்ளி நெடுங்கிள்ளியின் கொட்டைய (கோட்டைய) சுற்றி வளைத்தான்" என்ற வரியை வாசித்து அவர் சிரித்த சிரிப்பும், கூட இருந்த ஆசிரியர்கள் செய்த ரகளையும் ஞாபகத்துக்கு வருகின்றன.

சுத்த காந்தியவாதியாகப் பட்டினி கிடந்து நான் வாழ்ந்த காலம் அது. ஆசிரியர்களின் உள்முகங்களும், ரசனைகளும் எனக்குக் கசந்தன.

என்னிடமிருந்த கோளாறு வேறுவிதமானது. 'சிரத்தையோடு இருப்பது' என்பதைச் 'சிடுமூஞ்சியாக இருப்பது 'என்று புரிந்து வைத்திருந்தவன் நான். மாணவர்களின் விடைத்தாள்களை வரிக்கு வரி படித்து விமர்சனங்களை எழுதித் தள்ளுவேன். சிவப்புப் பால் பாயிண்ட் துடி துடிப்பாய் இயங்கும்.

'பொருத்தமற்ற விடை' 'குழப்பம்' 'தெளிவில்லை' 'வெட்டிக்கதை" பிழைகள் ஏராளம்' என யோசித்து யோசித்துக் குறிப்பு எழுதுவேன். விடைத்தாள் கட்டோடு வகுப்புக்குள் நுழைகையில், சிறுபகுதி மாணவர்கள் உஷ்..ஷ்.. என்று பெருமூச்சு கிளப்புவார்கள். ஒரு மாணவன் தன் விடைத்தாளை அடுத்தவனுக்குக் காட்டமாட்டான்.

பதுக்கப் பார்ப்பான். நான் விரும்பிய வண்ணம் விடை எழுதிய மாணவர் சிலருக்குப் பாராட்டும் உண்டு. மொத்த மதிப்பெண்ணுக்கருகில் 'நன்று!'.

ஏன் இந்த வேலைக்கு வந்தோம் என்று நான் வருத்தப்பட்ட தருணங்களில் ஒன்று – நான் சிவப்புக் கோடிட்ட விடைத்தாள்கள் விளையாட்டு மைதானத்தில் துண்டு துண்டாய்ச் சிதறிக் கிடப்பதைக் காணும் போது! கூடவே என் விமர்சனங்களும் கிழிபட்டுக் கிடக்கும்.

3

தான் காயம்படாமல் விமர்சனத்தின் வலியை எங்கே உணர முடிகிறது? ஆண்டிறுதியின் கடைசி வகுப்பு கைதட்டலும் சிரிப்புமாய் இருக்கும். ஒருமுறை எனக்கு அப்படி அமையவில்லை.

கடைசி வகுப்பில் ஒரு துண்டுச் சீட்டை எழுதி என் டேபிளில் வைத்துவிட்டுச் சிலமாணவர்கள் வகுப்பை விட்டு வெளியேறிப் போய்விட்டார்கள். வகுப்பில் நுழைந்ததும் துண்டுச்சீட்டு கண்ணில் பட்டது. எடுத்துப் படித்தேன்.

சீட்டின் முழு வாசகங்களும் நினைவில் இல்லை. "மாடசாமி! நீ மடசாமி" என்று துண்டுச் சீட்டு தொடங்கி இருந்தது. படி! படி! படி! என நான் வருடம் பூராவும் புலம்புவதாக துண்டுச்சீட்டில் நெருக்கி எழுதி இருந்தார்கள்.

துண்டுச்சீட்டு உண்டாக்கின காயம் பெரிதாக இல்லை. துண்டுச்சீட்டை எப்படி எதிர்கொள்வது என்பதுதான் என் யோசனையாக இருந்தது.

துண்டுச்சீட்டு வாசகங்களை ஒருமுறைக்கு இருமுறை சத்தமாக வகுப்பில் வாசித்தேன். பிறகு மடித்துச் சட்டைப்பையில் வைத்துக் கொண்டு வகுப்பைத் தொடர்ந்தேன்.

வகுப்பு முடிந்ததும் மாணவர்கள் சிலர் ஓடிவந்து யார் இந்தக் காரியத்தைச் செய்தது என்று பதற்றத்தோடு சொன்னார்கள். அது குறித்து நான் ஆர்வம் காட்டவில்லை.

துண்டுச் சீட்டைப் பொருட்படுத்தாதது மாதிரிக் காட்டிக் கொள்வதில்தான் கவனமாக இருந்தேன்.

உண்மையில் அதைச் சுமந்துகொண்டே இருந்தேன். நிர்வாகத்திடம் போய்ப் புகார் எதுவும் செய்யவில்லை. நிர்வாகத்துக்கும் எனக்கும் இடையே ஆயிரத்தெட்டு முரண்பாடுகள் இருந்தன. நிர்வாகத்துக்கு இந்தத் துண்டுச் சீட்டு, அல்வா போல இனிக்கக் கூடியது.

நெருங்கிய நண்பர்கள் சிலரிடம் மட்டும் பகிர்ந்து கொண்டேன். நண்பர் ஒருவர் தோளைத் தொட்டுச் சொன்னார். "சின்ன

விசயத்துக்கு எல்லாம் தீவிரமா யோசிக்காதீங்க. Learn to laugh. சிரிக்கப் பழகிக்கங்க".

விமர்சனத்தால் மாணவர்கள் புண்படுவார்கள் என்பதை இந்தத் துண்டுச் சீட்டு எனக்கு உணர்த்தியது. இருப்பினும் என் சிவப்புப் பால்பாயிண்ட் பேனாவின் அதிகார விருப்பம் குறையவில்லை.

ஆசிரியர் போராட்டங்களும், அறிவொளி இயக்க அனுபவங்களுமே என் பேனா நடத்திய அதிகார உரையாடலில் குறுக்கிட்டன. எழுதுவது எப்படி என்று கற்றுக் கொடுத்தன.

எழுபதின்(1970) தொடக்கத்தில் வேலைக்குச் சேர்ந்தேன். எண்பதின் தொடக்கத்தில் வேறொரு சிவப்பு மை என் பேனாவுக்குள் நிரம்பியது. என் சிந்தனைப் போக்கையே மாற்றிய மை அது.

4

நல்ல இடத்துக்குத் தாமதமின்றிச் சீக்கிரமே வந்துவிட்டேன். விடைத்தாள்களில் கோடு, சுழி, பெருக்கல் அடையாளமிடுவது படிப்படியாகக் குறைந்தது. க், ச், த், ப் நான்கும் வேகத்தில் விடுபட்டுப் போகும் ஒற்றுப் பிழைகள். கோடு போட்டுக் கோடு போட்டுத் தாளை அசிங்கம் செய்யாமல் அந்த இடங்களில் க், ச், த், ப் போட்டு நிரப்பினேன். விடைத் தாளைக் கரும்பலகையாக மாற்றிக் கற்றுக் கொடுத்தேன்.

நன்று இப்போது அபூர்வமானதாக இல்லை. ஒவ்வொரு விடைத்தாளிலும் தேடித் தேடி நன்று போட்டேன். அருமை! பிரமாதம்! போன்ற பாராட்டுகளும் விடைத்தாளில் மனமுவந்து விழுந்தன.

'நுட்பமான கருத்து' 'கச்சிதமான கட்டுரை' 'இனிய கற்பனை' 'தெளிந்த நடை' எனப் பலவிதமாக அவர்களின் நீல மை எழுத்துக்களை என் சிவப்பு மை அங்கீகரித்தது.

வழக்கம்போல் விடைத்தாள்களைத் தருவதில் தாமதம் இருந்தது. மாணவர்கள் விடைத்தாள்களைப் பெற, பசியோடு காத்திருந்தார்கள். விடைத்தாள் கட்டு கண்டதும் கண் விரிய மலர்ந்தார்கள்.

விடைத்தாள் பதுக்கப்படுவது நின்று போனது. சில விடைத்தாள்கள் முதல் பெஞ்சில் இருந்து கடைசி பெஞ்சு வரை மரியாதையோடு பயணம் செய்து திரும்பின.

சிவப்புப் பால்பாயிண்ட் பேனா?...அது அதிகாரமற்று சட்டைப் பையில் செருகிக் கிடந்தது. அதிகாரமற்று இருப்பதைப் போன்ற மகிழ்ச்சி வேறு எதில் இருக்கிறது?.......

2

ஒவ்வோர் அவமதிப்பும் ஒரு மரணம்....

மே தேர்வு முடிவுகள் வெளிவரும் மாதம்; 'தேர்வு மரணங்கள்' பெருகும் மாதமுமாக இருக்கிறது. ஒவ்வோர் ஆண்டும் மாவட்டத்துக்கு 10 தற்கொலை என்பது அரசு கணக்கு!

கடந்த மே மாதத்தில் நடந்த துயரச் சம்பவம் இது. பெங்களூரில் ஒரு மாணவி, தேர்வில் தோல்வி அடைந்ததும் 12 வது மாடியில் இருந்து குதித்துத் தற்கொலை செய்து கொண்டாள். அதே கட்டடத்தில் 16 வது மாடியில் நான் குடியிருந்தேன்.

அது தமிழ்க் குடும்பம். அந்தக் குடும்பத்தின் நண்பர் சொன்னார்: "குடும்பத்தில் தாத்தா பாட்டி கூட உயிரோடு இருக்கிறார்கள். இந்தச் சிறுமியின் மரணம் அந்தக் குடும்பத்தின் முதல் மரணம்".

குடும்பத்துக்கு முதல் மரணமாக இருக்கலாம்! அந்தச் சிறுமிக்கு அது முதல் மரணமா?.... தோல்வி பயத்திலும், அவமதிப்புகளை எதிர்நோக்கியும் அந்தச் சிறுமி அதற்குமுன் எத்தனை முறை மரணமடைந்திருக்கக் கூடும்?...

இதே மே மாதம், மதுரை அருகே தேர்வில் தோல்வியுற்ற இரு சிறுவர்கள் தண்டவாளத்தில் தலையைக் கொடுத்து உயிர்விட்ட செய்தி கேட்டு நண்பர் ஒருவர் சொன்னார்: "கேட்கவே பயங்கரமா இருக்கு! சின்னஞ் சிறுவர்கள் எப்படி இந்த முடிவுக்குப் போனார்கள்?"

புரிந்துகொள்ள முடியாத முடிவுதான்! தெரிவிக்கப்பட்ட இறுதி மரணம் மட்டுமே நாமறிவோம். முன்னர் நடந்து முடிந்த 'வகுப்பறை மரணங்கள்' குறித்து அந்தப் பிஞ்சுகளே அறிவர்.

மரணத்தை விட மோசமானது 'வலி' என்கிறது மருத்துவம். அவமதிப்பும் அப்படித்தான்! மரணத்தைவிட மோசமானது.

குழலி என்று அழகாகப் பெயர் சூட்டப்பட்ட குழந்தை இப்படிக் கலங்கி அழுததாக அவளுடைய அம்மா சொன்னார்: "வாத்தியார் 'கெழவீ! கெழவீ!' ன்னு சிரிப்பு காட்டிக் கூப்பிடுறார்'மா! பசங்கள்ளாம் சிரிக்கிறாங்க! எனக்கு ஏன் இந்தப் பேரு வச்சீங்க!". இந்த விசும்பலுக்குள் மரணத்தின் வாசனை இல்லையா? ஒவ்வோர் அவமதிப்பும் ஒரு மரணம்!

ஒரு குழந்தை எத்தனை முறை சாவது? என்ற கேள்வியை மனம் பதறிப் போகுமாறு கேட்ட புத்தகம் 'சிறு வயது மரணம்' (Death at an early age) என்ற ஆங்கில நூல். ஆக்கியவர் ஜோனதன் கோசல். அவர் ஓர் ஆசிரியர். 1950களில் நிறவெறி தலைவிரித்தாடிய அமெரிக்காவில் பாஸ்டன் பள்ளி ஒன்றில் கறுப்புச் சிறுவர்களை அரவணைத்துக் கற்பித்தவர். அதன் காரணமாகப் பணிநீக்கம் செய்யப்பட்டவர். வகுப்பறைகளில் செத்துச் செத்துப் பிழைத்த கறுப்புக் குழந்தைகளின் வரலாறுதான் 'சிறு வயது மரணம்'.

அதில் ஒருவன் இவன்: "இவன் பெயர் ஸ்டீபன். வயது எட்டு. உடல் மிக மெலிந்தவன். போதாத ஆரோக்கியம்.

ஸ்டீபனுக்கு அம்மா அப்பா கிடையாது. அரசிடம் சிறு உதவி பெற்று ஒரு பெண் அந்த அனாதைச் சிறுவனை வளர்த்தாள். அவள் கோபக்காரி. வீட்டில் ஒவ்வொரு நாளும் அடிவாங்கிப் பின் பள்ளிக்கு வருவான் ஸ்டீபன். ஆனால் அந்த அவமதிப்புகளைப் பள்ளியில் பகிர்வதில்லை.

ஒரு முறை கண்கள் சிவந்து வீங்கிப் பள்ளிக்கு வந்தான். கேட்டதற்கு ஆக்சிடெண்ட் என்றான். பாதிக்கப்பட்ட அவன் கண்களைப் பார்க்கவே மற்ற குழந்தைகள் பயந்தனர். ஆனால் அவன் அழாமல் இருந்தான். ஆசிரியர் துருவிக் கேட்ட போது உண்மையைச் சொன்னான் வளர்ப்புத்தாய் அடித்து விரட்டியபோது மாடிப்படிக் கைப்பிடியில் முட்டிக் கண்கள் காயப்பட்ட விதத்தை !

ஸ்டீபன் நான்காம் வகுப்பு படித்தான். ஆனால் எண்ணும் எழுத்தும் அறிவதில் இரண்டாம் வகுப்புக் குழந்தைக்கு உள்ள ஆற்றலே அவனிடம் இருந்தது.

அவனிடம் ஒரு தனித் திறமையும் இருந்தது. ஓவியம் வரைவதும் வண்ணம் தீட்டுவதும்தான் அது. சொந்தக் கற்பனையில் வரைவான். அது ஓவிய ஆசிரியைக்குப் பிடிக்கவில்லை. 'நான் வரையச் சொன்னபடி வரை!', 'நான் காட்டிய படத்தில் இருப்பதுபோல் வரை!' என்பதுதான் ஓவிய ஆசிரியையின் ஆணை. அவனுக்கு 'காப்பி' பண்ண வராது. இயற்கையான சித்திரக் கைகள் அவனுடையவை.

காப்பி பண்ணத் தெரியாததால் அவன் அவமதிக்கப்பட்டான்; தனித்துவிடப்பட்டான். அவன் வரைந்ததை எல்லாம் 'குப்பை' என்றார் ஆசிரியை. அவமதிக்கப்பட்ட ஒவ்வொரு முறையும் அவன் மரணமடைந்தான்.

அவன் ஒருவிதமான மனநோய்க்கு ஆளானான். சம்பந்தமற்று வகுப்பில் சிரித்தான். தானாகப் பேசிக் கொண்டான். வகுப்பில் ஓரமாய் ஒதுங்கிப் போய்ச் சுருண்டு படுத்துக் கொண்டான்.

ஒரு முறை பள்ளிக் கண்ணாடி முன் தனியாக நின்று முகத்தைப் பல கோணலாக்கி ரசித்துக் கொண்டிருந்தான் ஸ்டீபன். பார்த்துவிட்டார் ஓவிய ஆசிரியை. அவனது தனிமைச் சந்தோசத்தையும் உடைத்து, அவன் தோளைப்பற்றி ஒரு குற்றவாளியைப் போல் இழுத்து வந்து வகுப்பு முன் நிறுத்தி அவமானப்படுத்தினார்.

ஸ்டீபனின் ஒரே ஆறுதல், புதிதாக வந்திருக்கும் ஆசிரியர் கோசல்தான் (நூலாசிரியர்). எப்போதாவது நெருங்கி வந்து தான் வரைந்த படங்களை அவருக்குக் காட்டுவான். அவனைப் பாராட்டக்கூடிய ஒரே ஆள்! ஓவிய ஆசிரியை கோசலைக் கண்டிக்கிறார். "அவன் உங்களிடம் அதிகச் சலுகை எடுக்கிறான். இனி அவன் உங்கள் பக்கத்தில் வரக்கூடாது". ஸ்டீபன் அவரிடம்

இருந்தும் விலகுகிறான். இது ஸ்டீபனுக்கு எத்தனாவது மரணம்?....." அவமதிக்கப்பட்ட வரலாறுகளின் தொகுப்புதான் 'சிறு வயது மரணம்'.

பள்ளிகளின் வரலாற்றோடு அவமதிப்புகளின் வரலாறும் தொடங்குகிறது. கோவணம் கட்டாமல் பள்ளிக்கு வரும் ஏழைச்சிறுவர்களை, அவர்களின் துண்டையும் உரிந்து நிர்வாணமாக வீதியில் விரட்டித் தண்டித்த 19ஆம் நூற்றாண்டுக் காட்சிகள் இன்னும் நமக்கு மறக்கவில்லை.

இப்போதும் நடப்பதென்ன?

காது கேட்காத சிறுமியை "ஏய்! செவிடு! சொல்றது காதுல விழுகலையா?" என்று கேட்டு கன்னத்தில் ஓங்கி அறைந்தது, வகுப்பு பூராவும் சுற்றி வளைத்து ஒரு சிறுவனைக் கொட்ட வைத்தது, "ரெட்டைச் சடை போட்டுட்டு வரத் தெரியுது; ஹோம் வொர்க் போட முடியலையோ" என்று அநாகரிகமாக உடல் அலங்காரங்களில் தலையிட்டுச் சிறுமியை வகுப்பறை வாசலில் அழ வைத்தது, சில குழந்தைகளுக்கு 'டிஸ்லெக்சியா' என்றொரு பிரச்சினை இருக்கிறது என்றறியாமலே, எழுத்துக்களைப் பிறழ்ந்து எழுதும் குழந்தையை "ஏய்! ஏண்டா ! வவ்வால் மாதிரி எழுதுறே!" என்று ஆத்திரப்பட்டு வகுப்பை விட்டுத் துரத்தியது....இவை நாம் சமீபத்தில் படித்ததும், கேட்டதும், அறிந்ததுமான அவமதிப்பின் சில துளிகள்.

இரண்டாண்டுகளுக்கு முன் ஒரு மழலையர் பள்ளி ஆண்டுவிழாவுக்குச் சென்றிருந்தேன். பாடலுக்கு ஆடும் நிகழ்ச்சி. பத்துச் சிறுமியர் ஆடிக் கொண்டிருந்தனர். ஒரு சிறுமி அசைவுகளை மெதுவாகச் செய்தாள் என்பதற்காக மேடைக்குள் நுழைந்து ஆசிரியை அச் சிறுமியை நிகழ்ச்சியில் இருந்து வெளியேற்றினார். அந்தச் சிறுமியைக் கவனித்தேன். விலகித் தனிமைப்பட்ட அவள் பள்ளியின் சிறு மைதானத்தில் குவித்து வைக்கப்பட்டிருந்த மணல்மேட்டில் தனியாக விளையாடிக் கொண்டிருந்தாள். கண்கள் நனைந்த அச் சிறுமியோடு பேசியபடி நானும் மிச்சப் பொழுதைக் கழித்தேன்.

கூப்பாடு போட்டு வரும் மரணங்கள் இறுதியில் முடிவுரையாக வெளிப்பட்டு நிற்கின்றன. ஆனால் அவற்றின் முகவுரையாக, வீடுகளிலும் பள்ளிகளிலும் சத்தமில்லாமல் நிகழும் மரணங்களை எப்போது நாம் வாசிக்கப் போகிறோம்?....

3

பங்கஜம் சொன்ன கதை

ஒரு விவாதம் :

'வகுப்பறையில் மாணவருக்கு ஏன் தூக்கம் வருகிறது?' என்ற கேள்வியோடு விவாதம் தொடங்கியது.

'கொழுப்பு!' சன்னமான குரலில் – நிச்சயம் ஆண்குரல் – உடனடி பதில்.தொடர்ந்து கமுக்கமான சிரிப்புகள்.

இதைப் பொருட்படுத்தக்கூடாது. பொருட்படுத்தினால் விவாதம் தொடராது. "ம்! சொல்லுங்க! உங்களுக்குத் தெரியாத பதிலா?"

கன்னிகா இன்னும் இரண்டு ஆண்டுகளில் பணிஓய்வு பெறப் போகிறவர் சொன்னார். "வகுப்பறையில் எங்க சார் வெளிச்சம் இருக்கு? வெளிச்சம் இல்லாட்டி தூக்கம் வரத்தானே செய்யும்?"

கன்னிகாவின் பதில் யாரையும் குற்றம் சொல்லாமல் மனங்களை மட்டும் திறந்துவிட்ட பதில். கூடையைத் திறந்ததும் ஓடிவரும் கோழிக்குஞ்சுகளாய் ஒன்றைஒன்று இடித்துக்கொண்டு பல பதில்கள்.

"பாடம் புரியலைன்னா தூக்கம் வரும்!" "வாத்தியாரை டீச்சரைப் பிடிக்கலைன்னாலும் தூக்கம் வரும்" "ராத்திரி சினிமா பாத்திருந்தா இங்க வந்ததும் தூக்கம் வரத்தான செய்யும்?" "இதெல்லாம் நமக்குத் தேவையான்னு பாடத்தப் பத்தி அசால்டா நெனச்சாலும் தூக்கம் வரும்!" "டீச்சர் குரல் தாலாட்டுற மாதிரி இருந்தா தூக்கம் வரும்!" வந்த பதில்களே வேறு வேறு வார்த்தைகளில் வரத் தொடங்கின. விவாதத்துக்குத் தூக்கம் வந்தது. சுருக்கென்று ஒரு பதில் தேவை.

அப்துல் ஜபார் மடிப்புக் கலையாத சட்டை மாதிரி துவளாத இளைஞர். பளிச்சென்று பேசுவார். அவர் சொன்னார்:

"வாத்தியார்கள் சொன்னதையே திரும்பத் திரும்பச் சொன்னாலும் தூக்கம் வரும்!" விவாத அரங்குக்குச் சின்ன அதிர்ச்சி; கொஞ்சம் புத்துணர்ச்சி. பூர்ணா இந்த ஆண்டுபணியில் சேர்ந்திருக்கும் புதிய ஆசிரியை. மனதுக்குள் ஒரு தடவை பேசிப் பார்த்துவிட்டு தன் கருத்தை மெதுவாகச் சொல்வார்.

"உதாரணம் சொல்லணும்! கதை சொல்லணும்! அரைச்ச மாவையே அரைக்கக்கூடாது! Routine Teaching தான் பெரிய

டேஞ்சர்! அது வகுப்பறையை கொல்லும்." வலுவான அடி! அதற்கு நோஞ்சானான பதில் ஆண் ஆசிரியர் சிலர் மத்தியில்.

"கதை சொன்னா தூக்கம் ரொம்பத்தான் வரும்" சிறிய இடைவெளி விட்டு மீண்டும் அப்துல் ஜபார்.

"வகுப்பறையில் ஆசிரியர் உற்சாகமா நுழையணும். நமக்கே உற்சாகம் இல்லைன்னா தூக்கம் வரத்தானே செய்யும்?"

அப்துல் ஜபாரின் குரலில் மயங்கி, அரங்கையே நான் அப்துல் ஜபாராக கற்பனை செய்திருக்கக் கூடாது. "பிள்ளைகளுக்கும் இடமில்லாமல், வேறு யாருக்கும் இடமில்லாமல் ஆசிரியரே வகுப்பறையை ஆக்கிரமித்து நிற்பதுதான் இந்தச் சோர்வுக்கும் தூக்கத்துக்கும் காரணம் என்று சொல்லலாமா?''என்று கேட்டேன்.

உடனே விவாதம் வாக்குவாதமாக மாறியது.

ஒரு வாக்குவாதம்

குமரப்பன் பட்டாசு மாதிரி. குரலும் அப்படி... வார்த்தைகளும் அப்படி.. "வாத்தியார் ஆக்கிரமிக்கிறாரா? ஆக்கிரமிப்பு மோசமான வார்த்தை.

அதிகாரம் சார்ந்தது. வகுப்பறைக்குப் பொருந்தாத வார்த்தை. அப்புறம்... வகுப்பறைன்னா வாத்தியார்தான். வாத்தியார் இல்லாம வேற யாரு வாட்ச்மேனா வந்து பாடம் நடத்துவார்?" என்றார்.

அரசியல் பாணியிலான கேள்வி. கைதட்டல் அமர்க்களப் பட்டது. மாணவர்கள் கூடிக் கற்பது (collaborative learning) மற்றும் ஆசிரியர்கள் குழுவாகச் சென்று கற்பிப்பது (team teaching) தொடர்பான விவாதம் இது. இப்போது விவாதம் வேறு பாதையில் சென்றது. இதுவும் நடக்க வேண்டிய பாதைதான். "Constructing School Knowledge" என்றொரு ஆங்கிலப் புத்தகம். ஓர் அரசுப் பள்ளியில் நடந்த ஆய்வு இது. பள்ளிவளாகத்தில் உள்ள பிறரைக் கல்விப் பணியில் ஆசிரியர்கள் இணைப்பதில்லை. ஏன்? என்ற கேள்வி அந்த நூலில் இருக்கிறது" என்றேன். "ஆராய்ச்சியில் எதைளதையோ சொல்லலாம். நடைமுறைக்கு ஒத்து வரணுமில்ல. எங்க ஸ்கூல் வாட்ச்மேன் அஞ்சாங்கிளாஸ் படிச்சவர். அவர வச்சு வகுப்பில நான் என்ன செய்றது? சொல்லுங்க." என்றார் குமரப்பன்.

இதற்கும் கைதட்டல். ஆனால் சத்தம் குறைந்திருந்தது. ஏதோ ஒரு பகுதி யோசிக்கிறது என்று அர்த்தம்.

எனக்கு முந்தி அப்துல் ஜபார் பதில் சொன்னார். "நானா இருந்தா என் பொருளாதார வகுப்புக்கு வாட்ச்மேனக் கூப்பிடுவேன். அய்யா!

மொத மொதல்ல வேலக்கி சேந்தப்ப ஓங்க சம்பளம் எவ்வளவு? இப்ப எவ்வளவு? ஒவ்வொரு மாசமும் எவ்வளவு செலவளிக்கிறீங்க? எவ்வளவு மிச்சப்படுத்துறீங்க? எவ்வளவு கடன் வச்சிருக்கீங்க? இப்படிச் சில வெவரங்களை வேடிக்கையாக் கேப்பேன். ஒரு பத்து நிமிசம். வகுப்பில அவர் கதாநாயகனா நிப்பார். ஒரு பொருளாதார வகுப்புக்கு இத விடச் சிறந்த தொடக்கம் இருக்கா?"

கன்னிகா வேடிக்கையாக எச்சரித்தார். "எதையாச்சும் கேக்கத் தெரியாமக் கேட்டு அவர் வீட்டு வம்ப இழுத்திரக் கூடாது! கேள்விகள் வேறு; நச்சரிப்புகள் வேறு".

நான் சொன்னேன். "அம்மா! ஜபார் சொன்னது ஒரு மாடல்தான். எத்தனையோ விதமா நம்மைச் சுத்தி இருக்கிறவங்கள நம் வகுப்பறைகளில் பயன்படுத்தலாம். மாற்றுப் பாதைகளில் நடக்கும் போது தவறு நேருவதும் சகஜம்தான். திருத்திக் கொள்ளலாம். புதுப் பாதை தடுமாறும்'னு நடந்த பாதையிலேயே நடக்கிறதா?"..

உண்மையும் தன்னடக்கமும் நிறைந்த வார்த்தைகளில் பூர்ணா சொன்னார்: "எங்க ஸ்கூல்ல அட்டெண்டர் காளீஸ்வரி பத்தாவதுதான் படிச்சிருக்காங்க. உலக விசயங்கள்ள அவங்களோடு ஒப்பிட்டா நாங்க பூஜ்யம்தான். நேரம் கிடைச்சா அவுங்க கிட்ட உக்காந்து போட்டி போட்டு சமையல் குறிப்பு கேப்போம்".

பூர்ணாவின் பேச்சின் மீது ஒரு விமர்சனம் எழுந்திருக்க வேண்டும். முணுமுணுப்பும் கேலிச்சிரிப்பும் காதில் விழுந்தன.

"சத்தமாச் சொல்லுங்கய்யா!" என்றேன். அப்பாவி போல் முகத்தை வைத்துக் கொண்டு ஒருவர் எழுந்து சொன்னார்:"ஆமா! அவுங்கள வகுப்பில கூப்பிட்டு ஊறுகா போடுறதப் பத்திப் பேசச் சொல்லலாம்!"

பெருஞ்சிரிப்பு. ஆசிரியைகளும் சேர்ந்துதான் சிரித்தார்கள். "ஒரு இடத்தில் வைத்த தர்க்கத்தை மாற்றாமல் அப்படியே எடுத்து இன்னொரு இடத்தில் பொருத்தினால் அதற்கு என்ன அர்த்தம்? அது என்ன நியாயம்?" என்றேன்.

ஒரு சமாதானம்

பாயைச் சுருட்டிப் புறப்படலாம் என்று நினைக்கும்போதுதான் புது நட்சத்திரம் உதிக்கிறது. அருள் ஜெயராஜ் அப்படி எழுந்து நின்றார். "என்னுடைய அனுபவத்தைச் சொல்ல அனுமதிக்கணும் ஐயா" என்றார். "சொல்லுங்க! சொல்லுங்க!" என்றார்கள் சக ஆசிரியர்கள்.

"எங்க வீட்டுக்குப் பக்கத்து வீட்டு மாடியில ஒரு பத்திரிகையாளர் இருக்கார். இண்டியன் எக்ஸ்பிரஸில் அப்பப்ப எழுதுவார்.

அம்பதுவயசு இருக்கும். வரலாறு, ஆங்கிலம் ரெண்டிலயும் மன்னன். அவர ரெண்டு தடவ என் வகுப்புக்குக் கூட்டிட்டுப் போயிருக்கேன். கேள்விபதிலா வகுப்ப வச்சிக்கிட்டேன். பல நாடுகளப் பத்தித்தான் பசங்க நெறயக் கேட்டாங்க. ஒவ்வொண்ணுக்கும் டாண் டாண்ணு பதில். அசத்திட்டார். பேச்சு நம்ம பேச்சு மாதிரி தொடர்ச்சியா வரல. இடையில இடையில திக்கல் தடங்கல் இருந்துச்சி. ஆனாலும் அவர் வகுப்ப பசங்க ரொம்ப ரசிச்சாங்க. பள்ளிக்கூடத்தில ஆசிரியப் பணியில இல்லாதவங்களையும் அப்பப்ப வகுப்புக்குள்ள கொண்டுவரணுங்கிறது சரி. ஆனா அது போதாது. பெற்றோர்கள் எவ்வளவோ பேர் விவரம் தெரிஞ்சவுங்க இருக்காங்க. அவுங்களை எல்லாம் தோதுப்படி கூப்பிடலாம். வகுப்பறைய ஏன் அடைச்சு வைக்கணும்? திறந்து வைப்போம். பேங்க் வேலை, கலெக்டராபீஸ் வேலை மாதிரி தனித்தனி ஆள் செய்ற வேலை இல்ல நம்ம வேலை. இது அறிவு கொடுக்கிற வேலை. கடினமான வேலை. பிறர் பங்கைத் தயங்காம ஏற்கணும்".

ஜெயராஜ் பேச்சைக் கேட்டதும் பள்ளி ஆசிரியர்கள் மீதான மரியாதை மலையென உயர்ந்தது. யார் யாரோ எதை எதையோ புதுசு புதுசாக அங்கங்கே செய்து கொண்டிருக்கிறார்கள். கண்முன் வராத தகவல்கள்-தீவுகளில் கிடக்கும் புதையல்கள் போல! தேடிப் போய்த்தான் அள்ள வேண்டும்.

பயிற்சிக் கூடம் வேறு திசையில் சிந்திக்கத் தொடங்கி விட்டது, தெள்ளத் தெளிவாகத் தெரிந்தது. குமரப்பனும் ஆழ்ந்த யோசனையில்தான் இருந்தார்.

ஓர் அழைப்பு

தினசரி பார்க்கிற மனிதர்கள், பார்க்கிற காட்சிகள், பழக்கப்பட்ட பேச்சுகள் நம் சாரத்தை உறிஞ்சிக் கொண்டிருக்கும்போது திடீரென்று கேட்கும் ஒரு குரல் இழந்த பரவசத்தை மீட்டு 'இந்தா! பிடி!' என்று தருகிறது.

"வணக்கம் சார்! நான் செந்தூரம்மாள்!" என்று அதிகாலையில் தொலைபேசியில் அழைப்பு வந்தது. யாரென்று தெரியாமல் ம்!ம்! என்றேன்.

"அன்னைக்கி சிவகங்கையில பயிற்சிக்கு வந்தீங்கள்'ல. அது தொடர்பாக் கொஞ்சம் பேசலாமா சார்?"

"சொல்லுங்க"

"நான் எட்டாம் வகுப்புக்கு சயன்ஸ் நடத்துறேன். எங்க ஸ்கூல்ல பங்கஜம்னு ஒருத்தங்க இருக்காங்க. வகுப்புகள்ள தண்ணி எடுத்து வைக்கிறது அவுங்க மெயின் வேல. பங்கஜத்தச் சுத்தி எந்த நேரமும்

பிள்ளைக கூட்டம் இருக்கும். விசாரிச்சேன். பிள்ளைகளக் கூட்டி வச்சு கதை சொல்றாங்க. பங்கஜத்த நேத்து என் வகுப்புக்குக் கூப்பிட்டு கதை சொல்லச் சொன்னேன். தயங்கல. பிகு பண்ணல. டக்குனு சொன்னாங்க. அந்தக் கதையச் சொல்லவா சார்! கேக்க நேரமிருக்கா?"

"சொல்லுங்க! புது முயற்சியா இருக்கு. தெரிஞ்சிக்கிட்டா வேற இடத்தில இதப் போய்ச் சொல்லுவேன்".

"ஒரு ஊர்ல ஒரு ராஜா இருந்தாராம். பழைய காலமாம்.

நாகரிகம் ரொம்ப வளராத காலம். திண்டுகள்லயும், பாறைகள்லயும் ஒக்காந்துதான் ராஜா கூட்டம் நடத்து வாராம். மந்திரிகள், தளபதிகள் சொல்வாங்களாம்: இது செளகர்யமா இல்ல ராஜா! வேற ஏற்பாடு பண்ணனும். ராஜா மர வேல செய்ற ஒரு பெரியவரக் கூப்பிட்டு, நாங்க செளகர்யமா ஒக்காந்து பேசுற மாதிரி ஏதாவது ஆசனம் பண்ணீட்டு வாங்கன்னாராம். அவரும் சரீன்னு சொல்லீட்டு ஒரு மாசத்தில ஒரு மர ஆசனம் பண்ணீட்டு வந்தாராம். அது உக்கார செளகர்யமா இருந்துச்சாம். அந்த ஆசனத்துக்கு என்ன பேர் வைக்கலாம்னு யோசிச்சாங்களாம். ஒருத்தர் ஒரு பேரச் சொன்னாராம். அவரச் சுத்தி நாலு பேர் சேந்துக்கிட்டு ஆகா! இது அழகான பேர்னு ஜால்ரா போட்டாங்களாம். உடனே இன்னொருத்தர் வேற ஒரு பேரச் சொன்னாராம். அவரச் சுத்தியும் நாலு பேர் சேந்துக்கிட்டு இதுதான் சரியான பேர்னு சத்தம் போட்டாங்களாம். பேரு வைக்கிறதுல கோஷ்டி ஆகி குத்து வெட்டு சண்டை ஆயிடுச்சு. பிரதான மந்திரி ராஜாவ நெருங்கிச் சொன்னாராம்: இந்த இருக்கையைக் கஷ்டப்பட்டு செஞ்சது ஒருத்தர். பேரு வைக்கிறது இன்னொருத்தரா? அதுக்கு இத்தன சண்டையா? இருக்கையைச் செஞ்சவரே பேரு வைக்கட்டும். அதுதானே நியாயம்'ன்னாராம். ராஜாவும் ஒத்துக்கிட்டு அந்தப் பெரியவரக் கூப்பிட்டு, இதுக்கு நீங்களே பேரு வைங்கன்னாராம்'. ராஜா! இதுக்கு நாலு கால் இருக்கு. அதனால இதுக்குப் பேரு நாற்காலின்னாராம். அப்படித்தான் நாற்காலின்னு பேரு வந்துச்சாம்!"

கேட்டுவிட்டு 'கதை பிரமாதம்' என்றேன்.

ஒரு தொடக்கம்

மாலையில் மீண்டும் அதே ஆசிரியை தொலைபேசியில் அழைத்தார். "காலைல சொல்ல மறந்துட்டேன். பங்கஜம் கதைசொல்லீட்டுப் போனதும் பிள்ளைக கிட்ட கேட்டேன் கதை பிரயோஜனமா இருந்துச்சான்னு. காவேரின்னு ஒரு பொண்ணு சொன்னா 'மெகானிக்ஸ்தானே மேம் நடத்துறீங்க. இதுவும்

மெகானிக்ஸ் சம்பந்தப்பட்ட கதைதான்'னு சொன்னா. எப்படி இணைச்சுப் பாக்குறா பாருங்க சார்! கதையைக் கேட்டு வகுப்பே குலுங்கிச் சிரிச்சிருச்சு. அதுக்கு அப்புறம் பாடம் நடத்துறது ரொம்பச் சுலபமாயிடுச்சு. மலரவச்சுக் கல்வி தரணுங்கிறது எவ்வளவு சரியா இருக்கு! என்னைப் பொறுத்தவரை இது நல்ல தொடக்கம்".

"உங்களை மாதிரி பயிற்சிக் கூட்டங்கள்ல பேசிக் கொள்ற கருத்தை நடைமுறைப் படுத்திப் பார்க்கிறவங்க அபூர்வம்" என்றேன்.

ஆசிரியை தொடர்ந்தார். "பங்கஜம் வந்து கதை சொல்லி விட்டுப் போனது ஸ்கூல் பூரா பிரபலம் ஆயிருச்சு. ரத்னவேல்னு ஒரு அட்டெண்டர் பையன். புதுசா வேலைல சேந்திருக்கான். தேடி வந்து சொன்னான். நல்லா கவிதை எழுதுவானாம். அவனையும் ஒரு நாள் வகுப்புக்குக் கொண்டு வரணும்"

"நல்ல பயணத்தைத் தொடங்கி விட்டார்கள். இனி அதுவே தன் வழியைத் தேடிக் கொள்ளும்" என்றேன்.

"உண்மைதான்!" என்றார் ஆசிரியை. அவர் வகுப்பின் சிரிப்புச் சத்தம் 300 மைல் தாண்டி எனக்குக் கேட்கிறது...........

(பல சந்தர்ப்பங்களில், பல இடங்களில் ஆசிரியர்களுடன் நடந்த உரையாடல்கள் ஒரே இடத்தில் நடந்ததுபோல் வாசிப்பு வசதிக்காக வடிவமைக்கப்பட்டுள்ளது....ஆசிரியர்கள் பெயர்கள் கற்பனை.)

∎

4

தப்பித்த குரங்குகள் முக்கியமானவை....

"வடிவமைக்கப்படாமல் தப்பித்தது எதுவோ, அதுவே உன் ஜீவன் மிக்க சாராம்சம்" என்று சிந்தனையாளர்கள் சொல்வதுண்டு.

"தப்பித்த குரங்குகள்" என்று அதை வேடிக்கையாகக் கல்வி உரையாடலில் நாங்கள் குறிப்பிடுவதுண்டு.

யார் கைகளும் படாமல், யார் கைகளிலும் சிக்காமல் தப்பித்தவைதான் ஒரிஜினல்! வடிவமைக்கப்பட்டதெல்லாம் ஜெராக்ஸ்தான்...

பள்ளிக்கூடம் உலகத்தின் மிகப்பெரிய நிறுவனம்.. Largest Enterprise! தப்பிப்பது சுலபமா? அசல் முகத்தைத் திட்டமிட்டுக் கரைக்கிற இடம்.

ஆசிரியர் தட்டி உருட்டிக் காயப்போட்ட முகம்.. மத்தியவர்க்க ஆணாதிக்கப் பாடத்திட்டம் வழங்கிய முகம்.. வேலைவாய்ப்புகள் என்ற பெயரில் கார்ப்பரேட்டுகள் விரும்பிய முகம்.. என எல்லா முகங்களும் இருக்கின்றன.

சொந்த முகம் எங்கே? எங்கே என் ஒரிஜினல் குரங்கு?...

கல்வி உரிமைச் சட்டம் போன்றவை 'அதட்டல் அதிகாரங்கள்'மீது கேள்வி எழுப்பலாம். ஆனால் அக்கறை என்ற பெயரில் உலவும் 'நுட்பமான அதிகாரங்கள்' எப்போதும் நிலைத்திருக்கின்றன.

வடிவமைத்தல், மதிப்பிடுதல், வடிகட்டுதல் எனப் பல வடிவங்களில் இருக்கின்றன நுட்பமான அதிகாரங்கள்.

எட்டாம் வகுப்பு வரை தேர்வு வைத்து வடிகட்ட முடியாமல் போகலாம்! ஆர்வத்துடன் மேடையேற வந்த முகங்களில் 'எண்ணெய் வடியும் கறுப்பு மூஞ்சிகளை' வடிகட்டித் துரத்துவதில் யார் குறுக்கிட முடியும்? வடிகட்டும் வேலையைச் செய்வோர் பலர் கறுப்பர்களாக இருப்பதும் ஒரு முரண்!

மதிப்பிடுவதும் அதிகாரம்தான்! விடையில் எப்போதும் நாங்கள் தேடுகிற சில வார்த்தைகள் தென்பட வேண்டும். முழு விடையையும் வாசிக்க நேரம் கிடையாது. நீ எப்படி யோசித்து

விடை எழுதினாலும் 'நாலு வரிக்கு ரெண்டு மார்க்' என்று நான் முடிவு செய்துவிட்டால் ரெண்டு மார்க்தான்...

மாவட்டப் பேச்சுப் போட்டிக்குத் தயார் செய்யும்போது இயல்பாகப் பேசுகிறவனை 'அப்படியில்ல! ஏத்த எறக்கத்தோடு பேசு!' என்று வெட்டிச் சாய்ப்போம். அதுதான் வடிவமைத்தல்! எதுவும் இயல்பாக இருப்பதோ, விதம் விதமாக இருப்பதோ வடிவமைக்கும் எங்கள் அதிகாரத்துக்கு எதிரானது.

சிந்திக்க அனுமதிப்பது கூட வடிவமைக்கும் அதிகாரத்துக்கு எதிரானதுதான். எனவேதான், கிளப், கேம்ப், ஒர்க்ஷாப் என்று பிஸியாக இருக்கவும், படிப்பது என்ற பெயரில் திரும்பத் திரும்ப டிரில் பண்ணவும் பிள்ளைகளைப் பழக்கியாயிற்று. 'பிஸி'யான பிள்ளை எதைச் சிந்தித்தது? படித்த மனிதர்கள் மத்தியில்தான் பகை வளர்க்கும் மதவாதம் நிரம்பிக் கிடக்கிறது…அவர்கள் மத்தியில்தான் உளுத்துப்போன வைதீகச் சடங்குகள் புதுப்புது ரூபம் எடுக்கின்றன… அப்படியானால், 'படிப்பும் பள்ளிக்கூடமும்'கற்றுத் தந்தது என்ன? வடிவமைத்தது எதை? விளம்பரங்களை நம்பும் மூளைகளைத்தானே அவை வடிவமைத்திருக்கின்றன!

இப்போது என் பள்ளிப் பருவம் என் ஞாபகத்துக்கு வருகிறது. 1950களின் இறுதியில் பெரியகுளம் வி.எம்.போர்டு உயர்நிலைப் பள்ளியில் படித்தேன். வராகநதி ஆற்றங்கரையில் இருந்த பள்ளி. எந்தக் காலத்திலும் வராக நதியில் கொஞ்சம் தண்ணீர் ஓடும். வகுப்பறை ஓய்ந்த நேரங்களில் வராகநதி ஆறும் ஆற்றங்கரையும்தான் எங்கள் கல்விக்கூடம். ஆசிரியர்கள் பல மாதிரிகளில் இருந்தார்கள். ஆழ்ந்த புலமையால் எங்களை விட்டுச் சற்றுத் தள்ளி நின்ற சர்மா, சிவக்கொழுந்து; அட! போடா! என்று சொல்லி எங்களோடு எப்போதும் கலந்துநின்ற பாண்டியராஜன்; பரமசாதுவான ஓவிய ஆசிரியர்; குமுறும் வார்த்தைகளில் எங்களுக்கு அரசியல் கற்றுத்தந்த கைத்தொழில் ஆசிரியர்; எந்த நேரமும் மரத்தடியில் உட்கார்ந்து வாசித்துக் கொண்டிருந்த உடற்கல்வி ஆசிரியர் எனப் பலர். ஆசிரியர் பலவிதமாக இருந்தபோதும் எவரும் எந்த நிர்ப்பந்தத்தையும் அழுத்தத்தையும் எங்கள்மீது ஏற்றியதில்லை. மாணவர்களுக்குள் சாதிமத பேதங்கள் இருந்ததும் இல்லை. கவிஞர் மு.மேத்தா தான் அன்று எங்கள் பிரியத்துக்குரிய மாணவர் தலைவர். எதிர்காலம் குறித்த கனத்த சிந்தனைகளும் அன்று கிடையாது. எஸ்.எஸ். எல்.சியில் எங்களில் பலர் 600க்கு 240 மதிப்பெண் வாங்கி 'பார்டர் பாஸ்' பண்ணுவோம். அதற்கே, "மாப்ள! புரோட்டா வாங்கிக் கொடுய்யா!" என்று மச்சான்மார்கள் டிரீட் கேட்பார்கள்.

பள்ளியை விட்டு வெளியேறும்போது வடிவமைக்கப்படாத சொந்த முகங்களோடு வெளியேறினோம். அதற்கான சுதந்திர வெளி எங்கள் பள்ளியில் இருந்தது.

அந்தச் சுதந்திரவெளி முக்கியமானது. வர்த்தகமும், நிர்ப்பந்தமும் இல்லாத சுதந்திர வெளி. ஆளுமைகளைச் சிதைக்காத சுதந்திர வெளி. எந்த நேரமும் வெற்றியை நோக்கித் துரத்தி அடிக்காத பொதுவெளி!

இப்போது அது எங்கே? கொஞ்சம் மிச்சம் இருக்கிறது அரசுப் பள்ளிகளில்... அதனால்தான் அரசுப்பள்ளிகளுக்காக வாதாடுகிறோம். அரசுப் பள்ளிகளுக்காக வாதாடுவது குழந்தைகளின் சுதந்திரத்திற்காக வாதாடுவதாகும். அவர்களின் ஆளுமைக்காக வாதாடுவதாகும்.

பல ஆண்டுகளாக ஆசிரியர் மாணவரைச் சந்தித்து வருவதன் அடிப்படையில் சில உண்மைகளை இங்கு என்னால் நம்பிக்கையுடன் பகிரமுடியும்.

ஒப்பிட்டுச் சொல்வதானால், அரசுப்பள்ளி ஆசிரியர்களிடம்தான் வகுப்பறை தாண்டிய வாசிப்பு கூடுதலாக இருக்கிறது. மனந்திறந்த உரையாடலும் அவர்கள் மத்தியில் சாத்தியமாக இருக்கிறது. விவாதத்தின்போது அவர்கள் வாயொடுங்கி நின்று நான் பார்த்ததில்லை.

அரசுப்பள்ளி மாணவர் போல வெடிப்புறப் பேசக்கூடிய, விவாதிக்கக்கூடிய மாணவர்களை வேறு பள்ளிகளில் காண்பதரிது. பாட்டு, நாடகம் என்றாலும் அரசுப் பள்ளி மாணவர்கள் துள் கிளப்புவார்கள்.

தலையிட்டுத் தலையிட்டு வடிவமைக்கப்படாத திறமைகள். கூண்டுக்குள் சிக்காத குரங்குகள்..

இந்தச் சுதந்திரவெளி கவனிப்பும் பராமரிப்புமற்ற பாழ்வெளியாக மாறி வருவதுதான் நம் கவலை.

ஆசிரியர்கள் மட்டுமே இதை ஓரளவு சரிசெய்ய முடியும். எனவேதான் அரசுப்பள்ளி ஆசிரியர்களை நோக்கி அடிக்கடி பேசுகிறோம்.

எதையும் ஒரு நிர்ப்பந்தத்தோடு பேசியே நமக்குப் பழக்கம். 'அரசுப் பள்ளி ஆசிரியர் வீட்டுப் பிள்ளை அரசுப் பள்ளியில்தான் படிக்க வேண்டும்' என்பது சமீபத்தில் ஓங்கி ஒலிக்கும் குரல். ஒரு நேரம் இது நியாயத்தின் குரல்; ஒரு நேரம் அதிகாரத்தின் குரல்.

அடிப்படை வசதிகளற்ற ஆதிதிராவிடர் நலப்பள்ளிகளைப் பார்த்திருக்கிறேன். அந்தப் பள்ளியில் பணிபுரியும் ஆசிரியரின் பிள்ளை அங்கேயே படிக்க வேண்டும் என்று சொல்வது ஒரு விதத்தில் வர்ணாசிரமத்தின் குரல்.

நிர்ப்பந்தத்தின் வழியில் அல்ல; நேசத்தின்வழி ஆசிரியர்களை நெருங்குவோம். அப்போதுதான் மாற்றம் சாத்தியம்..

■

5

பரிசோதனைக் காலத் தனிமையும்.. வாசிப்பின் தோழமையும்

வாசிப்பு தரும் அனுபவம் ஒவ்வொருவருக்கும் ஒவ்வொரு விதம். வாசிப்போடு உள்ள உறவும் ஆளுக்கு ஆள் மாறும்.

சிலருக்கு வாசிப்போடு நெருங்கிய உறவு; சிலருக்குத் தூரத்து உறவு; சிலருக்கு ரயில் சிநேகிதம்; ஒரு சிலருக்கு வாசிப்பு பகையும் கூட. பஞ்சாயத்துப் பேசியும் தீராத பகை.

இன்னும் சிலர் இருக்கிறார்கள். அவர்களிடமிருந்து புத்தகத்தைப் பிரிக்கவே முடியாது. அவர்களுக்கு வாசிப்பு ரத்த சொந்தம்! கவனியுங்கள். அவர்கள் முக்கியமானவர்கள்.' அடடே! இந்த மாற்றம் எப்படி நிகழ்ந்தது?' என ஆச்சர்யத்துடன் பிறக்கும் எந்த ஒரு கேள்விக்கும் விடையாகப் பித்துப் பிடித்த அந்த மனிதர்களின் வாசிப்பு இருக்கிறது. "அன்றிலிருந்து இன்றுவரை உடலின் ஒரு பாகத்தைப் போல புத்தகம் என்னுடன் பயணித்துக் கொண்டு இருக்கிறது" என்று எழுதுகிறார் இலக்கிய விமர்சகர் மணிமாறன். எத்தனை முறை படித்தாலும் சிலிர்ப்பை ஏற்படுத்துகிற வாக்கியம் இது.

வாசிப்பின் நோக்கமும் ஒவ்வொருவருக்கும் ஒவ்வொரு மாதிரி. ரசிக்கவும் பொழுதுபோக்கவும் வாசிப்பு பலருக்குத் துணை. வாசிப்பின் வழி வர்த்தகத்துக்கும் பிரபலத்துக்கும் நகர்வது சிலரின் குறி. முன்னர் சொன்ன 'முக்கியமான சிலருக்கோ 'வாசிப்பு வாழ்வின் ஒரு பகுதி. அவர்கள் பூண்ட லட்சியத்தின் ஒரு பகுதி. தன்னைப் புதுப்பிப்பது தனக்குள் கிடப்பதை மெருகேற்றுவது தன்னருகே இருப்பவரோடு பகிர்வது தடுமாறுகிறவர்களோடு துணைக்கிருப்பது என அவர்கள் வாசிப்பைப் புரிந்து வைத்திருக்கிறார்கள். ஆம்! வாசிப்பு தனக்கும் வெளிச்சம்; பிறர்க்கும் வெளிச்சம். புத்தக வாசிப்புக்கான தேவையும் ஒன்று இரண்டு என்றில்லை. நூற்றுக்கணக்கில் இருக்கின்றன.

ஒரு வித்தியாசமான தேவையை ஆசிரியர் கூட்டம் ஒவ்வொன்றிலும் தவறாமல் சந்தித்திருக்கின்றேன்.

ஆசிரியர்கள் சிலர் வருத்தப்பட்டுச் சொல்கிறார்கள். "வகுப்பறையில் புதுப்புதுப் பரிசோதனைகளைச் செய்து கொண்டுதான் இருக்கிறேன். மாணவர்களோடு மிக நெருக்கமாகவும் இருக்கிறேன். ஆனால் என்ன தெரியுமா? சக ஆசிரியர்களின் ஒத்துழைப்பு எனக்கில்லை. சிலர் பரிகாசமாகவும் பார்க்கிறார்கள். பள்ளிக்கூடத்தில் தனித்து விடப்பட்டது போல் உணர்கிறேன்.

"இந்த ஆதங்கங்களை அலட்சியப்படுத்திவிட முடியாது. அதே நேரம், இப்படி வருத்தப்படும் ஆசிரியர்மீது நான் அனுதாபம் கொள்வதில்லை. புதுப் புதுப் பரிசோதனைகளை மேற்கொள்வோர் உடனடியாக உலகம் தங்களைக் கவனித்துக் கொண்டாட வேண்டும் என்று ஏங்க வேண்டியதில்லை. வெளிப்படும் சிறு சிறு அவமதிப்பையும் புறக்கணிப்பையும் பார்த்து வெடித்துச் சிதற வேண்டியதுமில்லை.

கல்வியில் புதிய பரிசோதனைகளை மேற்கொண்டதற்காக பாவ்லோ பிரையரே போல் இங்கே எந்த ஆசிரியரும் நாடு கடத்தப் படவுமில்லை; கிஜூபாய் போல சக ஆசிரியர்களிடம் 'முட்டாள்!' எனத் திட்டு வாங்கியதுமில்லை. கோபயாட்சி சந்தித்தது போல... தான் பாடுபட்டு உருவாக்கிய சுதந்திரப் பள்ளி தன் கண்ணெதிரே எரிந்து போக...அதனை மௌனமாகக் காண நேர்ந்த கனத்த அனுபவமும் நமக்குக் கிடையாது.

கனத்த அனுபவம்தான் என்றில்லை...சிறிய சிறகசைப்புகளும் முக்கியமானவைதான். சிறகசைப்போர் விரக்தியில் சிக்கிவிடக் கூடாது என்பதும் உண்மைதான். தீர்வுகள் இல்லாமலில்லை.

இருக்கின்றன. ஒன்றுபகிர்வது; இன்னொன்று வாசிப்பது. பகிர்வதைப் பரிவுடன் உள்வாங்க அக்கறையுள்ள மனிதர்கள் வேண்டும். அவர்கள் பெரும்பாலும் வேலை பார்க்கும் இடங்களில் கிடைப்பதில்லை. அவர்கள் வெளியே இருக்கிறார்கள். சிறு சிறு இயக்கங்களில் பிரதிபலன் பாராமல் உழைத்துக் கொண்டிருக்கிறார்கள்.

அவர்களின் மத்தியில் பரிசோதனையைப் பகிர முடிந்தால் தனிமையை நிச்சயம் வெல்ல முடியும். அக்கறையுடனும் நெஞ் சுறுதியுடனும் நடக்கும் புதுப் புதுப் பரிசோதனைகள் குறித்தும் அறிந்து கொள்ள முடியும்.

ஆனால்... நல்ல சந்திப்புகள் சிலருக்கு வாய்ப்பதில்லை. மனந்திறந்த பகிர்வுகளும் நிகழ்வதில்லை. அப்போது என்ன செய்ய?

உறுதியான மற்றொரு தீர்வு அருகிலேயே இருக்கிறது. அதுதான் வாசிப்பது. பரிசோதனைகளின் மீது ஆர்வமும், அங்கீகாரத்தின் மீது ஏக்கமும் கொண்ட ஆசிரியர்களிடம் எப்போதும் இரண்டு நூல்களை வாசிக்கச் சொல்வேன். ஒன்று டோட்டோ சான்; மற்றொன்று பகல் கனவு.

இரண்டும் கல்வி அனுபவ நூல்கள். டோட்டோசான் 70 ஆண்டுகளுக்கு முந்தைய அனுபவம்; பகல் கனவு. 90 ஆண்டுகளுக்கு முந்தைய அனுபவம். டோட்டோசான் அனுபவம் ஜப்பானில் நிகழ்ந்தது; பகல் கனவு அனுபவம் இந்தியாவில் நிகழ்ந்தது.

டோட்டோசான் முழுமையான ஒரு பள்ளி அனுபவம்; பகல் கனவு ஒரு தனிப்பட்ட ஆசிரியரின் வகுப்பறை அனுபவம். குழந்தைகள் மீதான அப்பழுக்கற்ற அன்பு இரண்டு அனுபவங்களுக்கும் பொது... டோட்டோசான் (Totto-Chan) நூலை எழுதியவர் டெட்சுகோ குரோயாநாகி (Tetsuko Kuroyanagi). எண்பது வயது தாண்டி இன்றும் வாழ்பவர். இந் நூலுக்கு 'சன்னலில் சின்னஞ் சிறுமி' (The Little Girl at the Window) என்று ஓர் உப தலைப்பு உண்டு. சன்னலருகே நின்ற அந்தச் சிறுமி வேறு யாருமல்ல; நூலாசிரியர் குரோயோநாகிதான். டோட்டோ சானும் அவரேதான். அவருடைய மழலைப் பருவப் பள்ளி வாழ்க்கை அனுபவம்தான் டோட்டோ சான்.

ஒன்றாம் வகுப்பில் பயிலும் போது பள்ளியில் இருந்து நீக்கப்படுகிறாள் டோட்டோ சான். காரணம் 'ஒழுங்கு மீறல்'! சக மாணவர் எவரையேனும் அடித்தாளா? எதையேனும் போட்டு உடைத்தாளா? அழுது கூச்சலிட்டாளா? அதெல்லாம் இல்லை.

ஆசிரியை டோட்டோசான் மீதான குற்றங்களை அடுக்குகிறார்: "வகுப்பில் அடிக்கடி டோட்டோ சான் தன் மேசையைத் திறந்து திறந்து மூடுகிறாள்; வீதியில் வரும் இசைக் கலைஞர்களைப் பார்க்கவும் அவர்களோடு பேசவும் வகுப்பு நடக்கும் போதே எழுந்து போய் சன்னலருகே நின்று கொள்கிறாள்; இங்கு வகுப்பு நடக்கும் போது கூரையில் கூடு கட்டிக் கொண்டிருக்கும் தூக்கணாங் குருவியிடம் 'என்ன செஞ்சுக்கிட்டிருக்கே' என்று பேசிக் கொண்டிருக்கிறாள். இப்படி வகுப்புக்கு இடையூறு செய்கிறாள்.."

ஆர்வம் துள்ளும் சிறு பறவையின் கதி இது! ரசனையற்ற ஆசிரியர்கள்! இதயமற்ற பள்ளி! எந்தப் பள்ளிக்குப் போனாலும் இதுதான் நிலைமை. எனவே நீக்கப்பட்ட மகளை அழைத்துக் கொண்டு வித்தியாசமான வேறு ஒரு பள்ளிக்குத் தாய் செல்கிறார். அதுதான் ஜப்பானியக் கல்வியாளர் கோபயாட்சி நடத்திய ரயில் பெட்டிப் பள்ளி. உபயோகமற்றுப் போன ரயில் பெட்டிகளே அந்தப் பள்ளியின் வகுப்பறைகள். அங்கு படிப்பது, பயணம் செய்வது போன்ற அனுபவம். பள்ளியின் பெயர் டோமோயி. மாணவர்கள் யார்? துடிப்பு நிறைந்தவர்கள் என்பதால் பொதுப் பள்ளிகளில் இருந்து துரத்தப்பட்ட குழந்தைகள்!

இன்னும்...உடல் குறைபோடுடைய குழந்தைகள்! வளர்ச்சி குன்றிய குழந்தைகள்!

அந்தப் பள்ளியில் படித்த மொத்தக் குழந்தைகளின் எண்ணிக்கை ஐம்பதுதான். கோபயாட்சிதான் பள்ளியின் தலைமை ஆசிரியர். அவர் எப்படிப்பட்டவர்? கல்வி, இசை இரண்டின் நுணுக்கங்களையும் கற்ற மேதாவி. ஜப்பான் அரசின் மரியாதைக்குரிய கல்வியாளர்.

குழந்தைகள் இயற்கையாகவும், சுதந்திரமாகவும், விருப்பப்படியும் கற்கவேண்டும் என்பது அவர் கொள்கை. தீர்மானிக்கப்பட்ட

வகுப்பறைகள் அந்தப் பள்ளியில் இல்லை.' நீங்கள் எதிலிருந்து விரும்புகிறீர்களோ அதிலிருந்து ஆரம்பியுங்கள்' என்று குழந்தைகளிடம் கேட்டபடி ஒவ்வொரு நாள் வகுப்பும் தொடங்குகிறது. குழந்தைகள் அந்தத் தலைமை ஆசிரியரின் தோள்மீதும் மடிமீதும் ஏறி விளையாடுகின்றனர். ஓட்டைப் பல் தெரிய சிரித்தபடி குழந்தைகளை உப்பு மூடை சுமந்து விளையாடும் தலைமை ஆசிரியர் அவர்.

பள்ளியில் சேர வந்த முதல் நாள் டோட்டோசானைப் பேசவிட்டு அவர் கேட்கிறார். டோட்டோசான் பேசுவதற்கு ஏராளமான விசயங்கள் இருக்கின்றன. தன் செல்ல நாய் ராக்கி பற்றி...வீடுகளின் முள்வேலிகளின் கீழே தரையைத் தோண்டி உள்ளே நுழைவதும் வெளிவருவதுமான விளையாட்டில் தினம் சட்டையைக் கிழித்து வரும் தன் சாகசம் பற்றி...அவளுக்குப் பேசப் பேச விசயங்கள் வருகின்றன. தொடர்ந்து 4 மணி நேரம் அவள் அவருடன் பேசுகிறாள். குழந்தைகளின் பேச்சில் உலகத்தை மறக்கிறவர் அவர். காலம் தோற்று ஓடும் உரையாடல் இருவருக்கும் இடையே!

பள்ளியே அப்படித்தான். பதறாத பள்ளி. பொறுமையான பள்ளி. கோபமற்ற பள்ளி. ஒருமுறை டோட்டோசான் தன் பர்சைக் கழிவறைக் குழிக்குள் தவற விட்டு விடுகிறாள். அந்தப் பர்ஸ் வெளியேறும் இடம் என அவளாக ஊகித்து, கான்கிரீட் மூடியைத் திறந்து, அதற்குள், தோட்டத்தில் வேறு காரியத்திற்காக வைத்திருந்த அகப்பையை எடுத்துத் தன் பர்சைத் தேடித் துர்நாற்றக் குவியலை அள்ளுகிறாள். அள்ளி அள்ளி வெளியே போடுகிறாள். மலக் குவியலால் தாங்க முடியாத துர்நாற்றம்! அந்த வழியில் சென்ற தலைமை ஆசிரியர் பதற்றமடையாமல் 'என்ன செய்து கொண்டிருக்கிறாய்' என்று அவளிடம் கேட்கிறார்.தொலைத்த பர்சைத் தேடிக் கொண்டு இருப்பதாக அவள் சொல்கிறாள். அவர் சென்று விடுகிறார். சற்று நேரத்தில் திரும்ப வருகிறார்.' கண்டுபிடித்து விட்டாயா?' என்று கேட்கிறார். 'இல்லை'என்று சொல்லிவிட்டு குவியலை அள்ளுவதில் அவள் மும்முரமாக இருக்கிறாள். குவியல் இப்போது சிறுமலையாக நின்றது. அவர் அவளிடம் "மறுபடியும் எல்லாவற்றையும் உள்ளே போட்டுவிட வேண்டும். போட்டு விடுவாய் அல்லவா?" என்று மிருதுவாய்ச் சொல்கிறார். 'சரி' என்கிறாள் டோட்டோசான். அவளுக்குப் பர்ஸ் கிடைக்கவில்லை. குவியலைத் திரும்ப அள்ளி உள்ளே போட்டு விடுகிறாள்.

பல ஆண்டுகள் கழித்து இச் சம்பவத்தை நினைத்துப் பார்க்கும் குரோயாநாகி தன்னைத் திட்டாமல் தன் மீது நம்பிக்கை வைத்துப் பேசிய அந்த அற்புதமான தலைமை ஆசிரியரை நினைத்துக் கண் கலங்குகிறார்.

அந்தப் பள்ளியின் ஒவ்வொரு செயல்பாடும் வித்தியாசமானது. பள்ளிப் பாடல் வித்தியாசமானது. லட்சியங்கள் திணிக்கப்பட்டு விம்மும் உணர்ச்சிகளோடு கூடிய பள்ளிப் பாடலோ நாட்டுப் பாடலோ அக் குழந்தைகள் அறிந்திருக்கவில்லை. மதிய உணவின் போது அனைவரும் கூடிப் பாடும் "மெல்லு! மெல்லு! நன்றாக மெல்லு!" என்ற உல்லாசப் பாடல்தான் அவர்களறிந்த பாடல்; அவர்களுக்குப் பிடித்த பாடல். பள்ளியின் அன்பு வித்தியாசமானது. அந்தப் பள்ளியில் ஒவ்வொரு குழந்தைக்கும் ஒரு மரமுண்டு. டோட்டோசானுக்கு ஒரு மரம். அந்த மரத்தின் மீது இளம்பிள்ளை வாதத்தால் பாதிக்கப்பட்ட தன் நண்பன் யசுயாகியை ஏற்றி விடுவதற்காக டோட்டோசான் எடுக்கும் முயற்சிகளைக் கண்ணில் நீர் கோர்க்காமல் ஒருவர் வாசிக்க முடியாது.

பள்ளியின் விளையாட்டுப் போட்டி வித்தியாசமானது. கால் வளர்ச்சி குன்றிய சிறுவன் தாகா காட்சி வெற்றி பெறுமாறு பல போட்டிகள் வடிவமைக்கப் பட்டிருந்தன.' வல்லவனுக்கு வெற்றி என்ற விதி அங்கில்லை. போட்டியில் வெற்றி பெற்றவர்களுக்குப் பரிசாகக் காய்கறிகளைத்தான் கோபயாட்சி வழங்குவார். வெற்றி பெற்றவர்கள் முட்டைக்கோசும் காரட்டும் பெற்று வீட்டுக்குப் போவார்கள். யாரும் பொறாமைப்படக் கூடிய பரிசுகளை அப் பள்ளி வழங்குவதில்லை.

பள்ளியின் பாடம் நடத்தும் முறையும் வித்தியாசமானது. குழந்தைகளும் ஆசிரியர்களும் 'பள்ளி நடை' (School Walking) போய்ச் சுதந்திரமாகவும் விளையாட்டாகவும் வரலாறு, அறிவியல் பாடங்களைக் கற்கிறார்கள். தேர்வுகளும் வித்தியாசமானவை.

பேய் பிசாசுகளுக்கு அஞ்சாதிருக்க 'தைரியப் பரீட்சையும்' அங்கு நடக்கிறது. சலிப்போடு நகரும் ஒருநாள் கூட அங்கு இல்லை.

கூடாரமடிப்பது, விவசாயம் கற்பது, வெட்ட வெளியில் சமையல் செய்வது என ஒவ்வொரு நாளும் ஒரு வித்தியாசமான கூட்டு முயற்சி.

பரிசோதனைகளுக்குப் புகழ் பெற்ற அப் பள்ளியின் மீது விளம்பர வெளிச்சம் விழ கோபயாட்சி விரும்பவில்லை. பத்திரிகையாளர்களும் ஆர்வலர்களும் வந்து ஒரு புகைப்படம் எடுத்துப் போகக் கூட அவர் அனுமதிக்கவில்லை.

பல ஆண்டுகள் சிந்தித்து, கற்பனை செய்து, பேருழைப்பையும் கையிலிருந்த நிதி அத்தனையும் தந்து 1937-ல் கோபயாட்சி இப் பள்ளியை உருவாக்கினார். இரண்டாம் உலகப் போரில் அமெரிக்கா வீசிய குண்டுகளால் 1945 -ல் பள்ளி எரிந்து சாம்பலானது. எட்டே ஆண்டுகள் வாழ்ந்த கனவுப் பள்ளி!

எரிந்து பொசுங்கும் பள்ளியை அமைதியாகப் பார்த்தபடி கோபயாட்சி சொன்னார்: அடுத்து நாம் வேறு ஒரு பள்ளியைக் கட்ட வேண்டும்."

கடைசிக்காலம் வரை அவர் கனவு கைகூட வில்லை... கோபயாட்சி செய்த பரிசோதனைகள் எல்லாம் முழுக்க அவர் கட்டுப்பாட்டில் இருந்த பள்ளியில் நடந்தன.

பகல் கனவு நூலின் ஆசிரியர் கிஜுபாயின்(Gijubhai) நிலைமை வேறு. அதிகாரிகளின் கட்டுப்பாட்டில் இருந்த அரசுப் பள்ளியில் தன் பரிசோதனை முயற்சிகளைச் செய்து பார்த்தவர் அவர். 90 ஆண்டுகளுக்கு முன் கனிவும் கற்பனையும் சேர்த்து.. பரிகாசத்தையும் அவமதிப்பையும் பொருட்படுத்தாமல் ...அவர் போட்ட பாதைகள் இன்றும் வியப்பைத் தருபவை. அவர் அனுபவங்களைச் சொல்லும் நூல் Diva Swapna(Day Dreams). தமிழில் பகல் கனவு.

கூட வர ஆதரிக்க உற்சாகப்படுத்த பள்ளிக்குள் ஒருவரும் இல்லாத தனிமையைக் கிஜுபாய் போல அனுபவித்தவர் வேறு எவருமிலர். சக ஆசிரியர்கள் தன்னை முட்டாள் எனத் திட்டிய போதும் ஆத்திரப்பட்டு அவர் எதிர்ப் பேச்சு பேசவில்லை. அதே நேரம் பரிசோதனைகளில் இருந்து ஒரு இஞ்ச் கூட அவர் பின்வாங்க வில்லை. மென்மையான மனிதர். கம்பீரமான மீசைக்காரர். குழந்தைகளுக்கு அவர் 'மீசை வைத்த அம்மா'!

அடிப்படையில் அவர் ஒரு வழக்கறிஞர். கல்வியில் மாற்றம் கொண்டு வரவேண்டும் என்பதற்காகக் கல்வி அதிகாரியின் அனுமதியோடு ஆரம்பப் பள்ளியொன்றின் நான்காம் வகுப்புக்குப் பொறுப்பேற்கிறார்.

முதல் நாள் பாடத்தை அமைதி, வழிபாடு, விளையாட்டு, வகுப்பறைச் சுத்தம், கலந்துரையாடல் எனத் திட்டமிட்டு வருகிறார் கிஜுபாய். கதவைச் சாத்தி, இருளில் அமைதி வழிபாடு தொடங்குகிறது. குழந்தைகளுக்குப் புது அனுபவம்! அமைதிக்குப் பதில் கூச்சலும், சிரிப்பும் தரையைத் தம் தம் என மிதித்துக் குழந்தைகள் எழுப்பும் ஓசையும் வகுப்பறையில் நிரம்புகின்றது.

இன்றைக்கு இது போதும்! உங்களுக்கு விடுமுறை!' என்று அறிவிக்கிறார். ஒ! என ஆனந்தக் கூச்சலிட்டுப் பள்ளி வராண்டாவில் பிள்ளைகள் ஓடுகின்றனர்.பள்ளிக்குப் புது அனுபவம்! பள்ளி திகைக்கிறது. பதற்றத்தோடு ஓடி வருகிறார் தலைமை ஆசிரியர்.'

அமைதி வழிபாடா? மண்ணாங்கட்டி! இங்கு அடி கொடுத்தால்தான் வகுப்பில் அமைதி இருக்கும்!' என்கிறார். தவறுகளில் இருந்து பாடம் கற்கிறார் கிஜுபாய். 'முதலில் நான்

பிள்ளைகளோடு நெருக்கத்தை ஏற்படுத்திக் கொள்ள வேண்டும். அதன் பிறகுதான் பரிசோதனைகளைத் தொடங்க வேண்டும்!

நெருக்கத்தை ஏற்படுத்துவது எப்படி? மறுநாள் பிள்ளைகளுக்குக் கதை சொல்கிறார். உடனடியாக வகுப்பில் அமைதியும் கவனிப்பும் கூடுகின்றன. நேற்று விடுமுறை விடுமுறை என்று கூச்சலிட்டவர்கள் இன்று கதை கதை என்று கெஞ்சுகிறார்கள். கதையைப் பாதியில் நிறுத்தி அன்றைய வகுப்பை முடித்ததும், பிள்ளைகள் கிஜுபாயைச் சுற்றிக் கொள்கிறார்கள். குழந்தைகள் சிலர் ஆசையோடு கிஜுபாயைத் தொட்டுப் பார்க்கின்றனர்.

கிஜுபாய்க்கு மறுநாளே வகுப்பு வசப்பட்டதை அறிந்து மற்ற ஆசிரியர்களுக்கு ஆச்சர்யம். காரணம் கேட்கின்றனர். 'கதை' என்கிறார் கிஜுபாய். 'நீங்களும் சொல்லுங்கள்' என்கிறார். 'தெரிந்தால் தானே சொல்ல?' என்று கை விரிக்கிறார்கள் ஆசிரியர்கள்.

விளையாட்டிலும் முதல் அனுபவம் கசக்கிறது. பாட வேளையின் போது கற்றலில் இருந்து விலகி பிள்ளைகளை விளையாட அழைத்துப் போகிறார். குழந்தைகளுக்குக் கொண்டாட்டம்! கொண்டாட்டத்தைத் தொடர்ந்து முரட்டுத்தனம்! விளையாட்டு அடிதடியில் முடிகிறது. தலைமை ஆசிரியர் மட்டுமல்ல; பெற்றோரும் ஆத்திரம் அடைகின்றனர். 'குற்றம் விளையாட்டின் மீது அல்ல' என்பது கிஜுபாயின் உறுதியான கருத்து. அடித்து மிரட்டிப் பிள்ளைகளிடம் இதுநாள் வரை உருவாக்கியிருந்த செயற்கையான கட்டுப்பாடுதான் இன்று வெளிப்பட்ட ஒழுங்கீனத்தின் காரணம்' என்பது அவர் பக்கத்து நியாயம்.

பெற்றோர் கூட்டத்தைக் கூட்டிப் பேசலாம் என நினைக்கிறார். பெற்றோர் பலர் கலந்து கொள்ளவில்லை. கலந்து கொண்ட சிலரும் ஆர்வத்துடன் பங்கேற்கவில்லை. ஆர்வமற்ற அச்சிறு கூட்டத்தில் குழந்தைக் கல்வி பற்றித் தொண்டை வறளப் பேசுகிறார். சக ஆசிரியர்கள் முட்டாள்! அடி முட்டாள்! என்று கேலி செய்து சிரிக்கின்றனர்.

பழகிப் படிந்து போன சில விதிகளை மாற்றுவது கடினம் என்பதையும் கிஜுபாய் உணர்கிறார். பிள்ளைகள் பள்ளிக்குத் தொப்பி அணிந்து வருவது அன்றைய வழக்கம். ஒரு தொப்பி கூட சுத்தமானது இல்லை. அழுக்கு! நாற்றம்! இனி வகுப்புக்குத் தொப்பி அணிந்து வரவேண்டாம் என்கிறார்.' உங்க சாருக்குக் கிறுக்குப் பிடிச்சிருக்கா?' என்று பெற்றோர் சீறுகின்றனர்.

தம் முயற்சிகளுக்குப் பள்ளி வளாகம் மட்டும் போதாது என்பதை விரைவில் புரிந்து கொள்கிறார் கிஜுபாய். ஆற்றங்கரைக்கும்,

வயல்வெளிக்கும் குழந்தைகளை அடிக்கடி அழைத்துப் போகிறார். அங்கு கல்வி தொடர்கிறது. வகுப்பறையை விட்டு வெளியேற, வெளியேற ஆசிரியர்மாணவர் நெருக்கம் அதிகமாகிறது.

குழந்தைகளிடம் 'நமது வகுப்பு' என்ற பிடிமானமும் கெட்டிப்படுகிறது. இதுவரை இல்லாதிருந்த பிடிமானம்!

ஒரு கட்டத்திலும் தொய்வடையாத நடை கிஜுபாய் நடை. எப்போதும் எதிர் நீச்சலுக்குத் தயாரான மனோபாவமும் கூட. பாடப் புத்தகங்கள் வாங்கப் பிள்ளைகள் கொண்டுவரும் பணத்தில் பாடப்புத்தகங்கள் வாங்காமல் கதைப் புத்தகங்களையும், படங்கள் நிறைந்த பொதுஅறிவுப் புத்தகங்களையும் வாங்கி வகுப்பறையில் ஒரு நூலகத்தை நிறுவுகிறார். நான்காம் வகுப்புக்குள் ஒரு நூலகம்! இன்றைக்குக் கூட அது ஆச்சர்யம்தான். அந்த நாளில் அது ஒரு புரட்சி! அழகான படங்களோடு கூடிய அந்தப் புத்தகங்கள் மீது பிள்ளைகள் 'பசித்த புலி' போல் பாய்ந்ததாக கிஜுபாய் எழுதுகிறார்.

பாட்டு, நாடகம், ஓவியம் என எந்த நேரமும் அவர் வகுப்பு கலைகளின் கூடமாகத் திகழ்கிறது. கேட்போராகவும், ஒப்பிப்போராகவும், கும்பலாய்த் திருப்பிக் கத்துவோராகவும் இருந்த குழந்தைகள் படைப்பாளிகளாய் மாறிய விந்தை அது! கலைகளைக் கற்றுத் தருகையில் இயக்குநராக நின்று அவர் ஆணைகள் பிறப்பிப்பதில்லை. அவரும் குழந்தையாக மாறுகிறார்.' கழுதைக் குரலில்' தாமே பாடியதாக கிஜுபாய் கூறுகிறார். குழந்தைகளின் நாடகத்தில் தாமும் ஒரு சிறு பாத்திரம் ஏற்று நடிக்கிறார். அவர் தந்த துப்புரவுப் பயிற்சியின் விளைவாக மாணவர்கள் துடைப்பம் எடுக்கும்போது அவரும் கூடச் சேர்ந்து பெருக்குகிறார். கண்ணுக்குத் தெரியாத கிருமி போல உள்ளே புகுந்துவிடும் ஆசிரிய அகம்பாவம் தன்னை நெருங்கி விடாதபடி கவனமாக இருக்கிறார்.

மொழி, வரலாறு, பூகோளம்எல்லாப் பாடங்களையும் விளையாட்டின் மூலமே நடத்துகிறார். பார்ப்பதற்கு அது விளையாட்டு. ஆனால் அதைத் திட்டமிட கடின உழைப்பு தேவை. உதாரணமாக, பெயர்ச்சொற்களை விளங்க வைக்க, 500 சிறு துண்டுத் தாளில் பெயர்ச் சொற்களை எழுதி வருகிறார். கல்வியில் பரிசோதனைகளை நிகழ்த்த ஆர்வமும் கற்பனையும் மட்டும் போதா. கடின உழைப்பும் தேவை. உழைக்கப் பயந்தே பலர் பரிசோதனைகளின் பக்கம் வருவதில்லை.

தேர்வு நடத்த வரும் அதிகாரிகள், கிஜுபாய் வகுப்புப் பிள்ளைகள் பாடங்களைப் புரிந்து கற்றிருப்பதையும், கற்றதை ஈடு

பாட்டுடன் விளக்குவதையும் காண்கிறார்கள். அதற்கும் மேலாக படிப்போடு சேர்ந்து குழந்தைகளின் ஆளுமையும் வளர்ச்சி பெற்றிருப்பதைக் காண்கிறார்கள். இது அற்புதம்! 'இதுதான் கல்வி' என்று பாராட்டுகிறார்கள்.

தேடி அலைந்து ஒரு தொலைநோக்கியைக் கொண்டு வந்து குழந்தைகளுக்கு வானவியல் அழகுகளையும், ஒழுங்குகளையும் கிஜூபாய் காட்டியபோது 'சலியாத உழைப்பாளி' என்று பொறாமை கடந்த பூரிப்பில் சக ஆசிரியர்களும் மனந் திறக்கின்றனர்.

வகுப்பறை பரிசோதனைக் களமாக மாறவேண்டும் என்று நாம் கூறுவது புதுமை மீது கொண்ட ஆர்வத்தால் அல்ல.

சலிப்பற்ற வகுப்பறையில் பாடம் கனமற்றுப் போகும் ஒரு குழந்தையும் விடுபட்டுப் போகாது என்பதாலேயே.

கல்விப் பரிசோதனை என்பது இப்போது புதிய விஞ்ஞானக் கருவிகளை வகுப்பறைக்குக் கொண்டு வருவது என்றாகி விட்டது. வரவேற்போம். ஆனால், ஆசிரியரின் கற்பனையும் மாணவரின் ஈடுபாடும் கைகோர்க்கும் போது உண்டாகும் அர்த்தத்தையும் ஆனந்தத்தையும் கருவிகளால் தரவியலாது.

கருவிகளை விட ஆசிரியர் முக்கியமானவர். ஆசிரியரின் கற்பனை முக்கியமானது. அதனால்தான் மீசை கிஜூபாயும், ஓட்டைப் பல் கோபயாட்சியும் இன்றும் நம்மிடையே வாழ்கிறார்கள்; நம்மைப் புதுப்பிக்கும் சக்தியோடு வாழ்கிறார்கள்……

6

வகுப்பறை உறவு
நெருக்கமும் இடைவெளிகளும்

பேய் பிடிச்சிருக்கு

வகுப்பறை விளையாட்டுகளில் எனக்கு மிகவும் பிடித்தது 'பேய் பிடிச்சிருக்கு' விளையாட்டு. உள்மன அழுத்தங்களை, எரிச்சல் கோபங்களை வேடிக்கையாய் வெளிப்படுத்தும் விளையாட்டு இது. கல்வி மானுடவியலாளரின் கண்டுபிடிப்பு.

தூங்கி வழிகிற வகுப்பில் இந்தப் பயிற்சியை நடத்துவது வழக்கம். "பிள்ளைகளா! நம்ம வகுப்பை ஒரு பேய் பிடிச்சிருக்குமோ? வகுப்பு மந்தமா இருக்கு! கொட்டாவி கொட்டாவியா வருது! அந்தப் பிசாசு யாரைப் பிடிச்சிருக்கும்? கண்டுபிடிப்போமா? ஆளுக்கொரு துண்டுச் சீட்டை எடுங்க! அதுல ஓங்க பேர எழுத வேணாம்! 'மந்தப் பிசாசு' யாரைப் பிடிச்சிருக்கும்'னு நெனைக்கிறீங்களோ அவுங்க பேர எழுதுங்க!"

அவ்வளவுதான்! வகுப்பின் தூக்கம் போய்விடும். தங்களுக்கு எரிச்சலூட்டும் சக மாணவர் பெயரை எழுத இது ஒரு சந்தர்ப்பம்! துண்டுச்சீட்டின் அடியில் கையெழுத்திடவோ தன் பெயரெழுதவோ வேண்டாம் என்பதால் ஒரு பெரிய சுதந்திரம்.

மாணவர்கள் சிரித்துக் கொண்டே தாளை மறைத்தபடி ரகசியமாய்ப் பேரெழுதுவார்கள்.

பெரும்பாலான மாணவர்கள் யார் பெயரை எழுதினார்கள்? எத்தனை வகுப்புகளில் விளையாட்டை நடத்தினாலும் விடை ஒரே மாதிரியாகத்தான் இருந்தது.

நல்ல பிள்ளைகளாக முன்வரிசையில் இருக்கும் மாணவர்கள், ஆசிரியரோடு இணக்கமாக இருப்பவர், ஆசிரியரின் ஆணைகளைத் தப்பாமல் நிறைவேற்றுபவர்கள் பெயர்களைத்தான் பெரும்பாலான மாணவர்கள் எழுதினார்கள். பிரியமான ஆசிரியர் வகுப்பிலும் பேய் பிடிச்ச பெயர்கள் வேறுமாதிரி இல்லை என்பது குறிப்பிடத்தக்கது.

நிர்வாகத்திற்கெதிரான உள்குமைச்சலை வெளிக்கொணர்வதுதான் இவ் விளையாட்டின் நோக்கம். இங்கே வெளிப்படுவது ஆசிரியர்க்கெதிரான கோபம் அல்லவா?

ஆம்! ஆசிரியரைக் கற்பிப்பவராக மட்டும் பார்க்காமல் நிர்வாகத்தின், நிர்வாக அதிகாரத்தின் ஒரு பகுதியாகவும் மாணவர்கள் பார்க்கிறார்கள் என்று புரிந்து கொள்ளத்தான் இந்த விளையாட்டு!

இரு வேறு பண்பாடுகள்

ஆசிரியரும் மாணவரும் இரு வேறு உலகம் என்று சொல்வதற்காக அல்ல இந்த விளையாட்டு. இருவரும் இருவேறு பண்பாடுகள் என்று புரிந்துகொள்ளத்தான் இந்த விளையாட்டு.

நிர்வாகத்தை எதிர்க்கும் ஆசிரியரைக் கூட, சில சந்தர்ப்பங்களில், நிர்வாகத்தின் ஒரு பகுதியாக மாணவர்கள் பார்ப்பதுண்டு. 'நம்மளையே தப்பா நெனச்சுட்டானே சார்!' என்று எங்கள் தொழிற்சங்க ஆசிரியர்கள் அவ்வப்போது புலம்புவதுண்டு.

'எங்களிடம் என்ன அதிகாரம் இருக்கு?' என்று ஆசிரியர்கள் பேசிப் பயனில்லை. ஆசிரியர் அதிகாரம் குறித்து மாணவர் பேசவேண்டும்.

'உன் நல்லதுக்குத்தானே சொல்றேன்' என்று ஆசிரியரோ பெற்றோரோ குழைந்து குழைந்து சொன்னாலும், அந்தக் குரலில் எத்தனை சதவிகிதம் அதிகாரம் கலந்திருக்கிறது என்று குழந்தைகளால்தான் உணரமுடியும்.

ஆசிரியை சில்வியா ஆதிவாசிச் சிறுவர்களுக்குக் கற்பித்த அனுபவம் TEACHER என்ற நூல். ஒருமுறை, நீங்கள் என்ன கனவு கண்டீர்கள் என்று ஆசிரியை சில்வியா வினவியபோது, 'உங்களைச் சுட்டுக் கொல்வது போலக் கனவு கண்டேன்' என்கிறான் ஒரு சிறுவன்.

இது பிரியத்தில் விழுந்த பள்ளமா? இல்லை. அர்த்தமுள்ள உறவு ஆசிரியர் மாணவர் உறவு. இணக்கமும் நெருக்கமும் உள்ள உறவு. ஆனாலும் இருவரும் இருவேறு பண்பாடுகள்.

இருவேறு பண்பாடுகள் என்று சொல்வது விலகி நிற்பதற்காக அல்ல. புரிந்து கொண்டு மேலும் நெருங்குவதற்காக. தப்பபிப்பிராயங்களைக் களைவதற்காக.

மொழி இடைவெளி

ஒருமுறை கல்லூரி இலக்கிய மன்றக் கூட்டத்திற்கு வரலாற்றுப் பேராசிரியரைத் தலைமை தாங்க வைத்திருந்தோம். பணிஓய்வு பெறும் நிலையில் இருந்தார். நிகழ்ச்சி நிரலை வாசிக்கும்போது நிகழ்ச்சியில் அடுத்த அயிட்டம் அடுத்த அயிட்டம் என்று சொல்லி வந்தார். ஒவ்வொரு முறை அவர் அயிட்டம் என்று சொல்லும்போதும் மாணவர் மத்தியில் குபீர்ச் சிரிப்பு. சிரிப்பின் ரகசியம் அவருக்கு விளங்கவில்லை. அயிட்டம் என்பதற்கு அவருக்கு ஓர் அர்த்தம். மாணவர்களுக்கு ஓர் அர்த்தம். அர்த்தம் விளங்கிய ஆசிரியர்களுக்குக் கோபம். கோபப்பட என்ன இருக்கிறது? வயதும் வேடிக்கையும் உருவாக்கும் அர்த்தம் அது!

லட்சியம்-யதார்த்தம்

'வெத்தலப் பெட்டி', 'ஹிட்லர் மீசை', 'நெடுமரம்' இப்படில்லாம் நமக்குப் பேர் வைக்கிறான் சார்! என்று புலம்பும் ஆசிரியர்க்கு, "அதான் சார்! அந்தக் கோனார் வீட்டுப் பையன்" என்று சாதி அடையாளம் இட்டும், "நடுவில உக்காந்திருப்பானே ஒரு குள்ளக் கத்திரிக்கா! அவன் தான்" என்று உருவ அடையாளம் சார்த்தியும் பேசும் தன் பண்பாட்டின் குறை புரியவில்லை.

அப்புராணி மாதிரி இருந்துக்கிட்டு 'பரீச்சையில அப்படிக் காப்பி அடிக்குறா' என்று ஆதங்கப்படும் ஆசிரியைக்கு "நீ என்ன செய்வியோ ஏது செய்வியோ அடுத்த பரீச்சையில ஐம்பது மார்க் வாங்கிக் காட்டணும்" என்று தான் போடும் மட்டமான உத்தரவு குறித்த உறுத்துதல் இல்லை.

மாணவன் காப்பி அடித்தால் குமுறும் நெஞ்சு, தான் வேலை பார்க்கும் பள்ளி, கல்லூரியில் நடக்கும் கல்வி வர்த்தகக் கொள்ளைகளைக் கண்டும் காணாதிருக்கும் 'ஞானப்பழப் பக்குவத்தைப் பெற்றுவிடுகிறது.

தராசுகளும் சமமாக இல்லை. புரிதலும் தெளிவாக இல்லை.

பள்ளி கற்பிக்கும் லட்சியத்துக்கும் பள்ளியில் நடக்கும் யதார்த்தத்துக்கும் உள்ள இடைவெளி, வரைந்து காட்டமுடியாத பெருவெளி.

போராட்ட முகமும் பழைய முகமும்

நான் பேசத் தொடங்கியது ஆசிரியர் சங்கக் கூட்டங்களிலும் மாணவர் சங்கக் கூட்டங்களிலும்தான். அப்போது போராட்ட உறவு குறித்தே பேசுவேன். உறவுகளில் அழுத்தமான உறவு! எல்லாத் தடைகளையும் உடைக்கக்கூடிய உறவு!

தெள்ளத் தெளிவாய் மாணவரிடமிருந்து விலகி நிற்கக்கூடிய ஆசிரியர் கூட அந்த நேரங்களில் கனிந்து நெருங்குவார். 'வாய்யா! தங்கம்! வீட்ல அக்கா'ட்ட போய் சார அரெஸ்ட் பண்ணிட்டாங்களாம்! சாயந்திரம் அனேகமா விட்ருவாங்களாம்'னு சொல்லீருய்யா! அப்படியே ஏதாவது வேணும்னு சொன்னாங்கன்னா கடையில போய் வாங்கிக் குடுத்துருய்யா! என்று உருகிக் கரைவதைப் பார்த்திருக்கிறேன்.

ஆனால் யதார்த்தம் மிகச் சிக்கலானது; முரட்டுத்தனமானது. கைவிட நினைத்த பழைய முகத்தையே திரும்பத் திரும்ப கொண்டு வந்து கொடுக்கும்.

போராட்ட காலங்களில் ஒரு தோழராகி ஜொலிப்பவர், வகுப்பறைக்குத் திரும்பியதும் வெகு சீக்கிரம் வழக்கமான ஆசிரியராகி 'இந்தா! கவனி!' என்ற பழைய குரலில் ஐக்கியமாவதைப் பார்த்திருக்கிறேன்.

நெருங்குவதும் இடைவெளி விழுவதுமாகவே வகுப்பறை உறவு தொடர்ந்தது.

இதைத் தலைமுறை இடைவெளி என்பார்கள் ஆசிரியர் சிலர். அதையும் தாண்டி, சமூக, பண்பாட்டு, உளவியல் இடைவெளிகளையும் அவ்வப்போது உணர்ந்ததுண்டு.

உள் வகுப்பறை

ஒரு நெருக்கம் இன்னொரு இடைவெளியை ஏற்படுத்துகிறது... கல்லூரியில் சேர்ந்த முதல்நாள் ஒரே ஊர் ஒரே தெரு மாணவர்கள் நெருக்கி அடித்து ஒரே வரிசையில் அமர்வதைப் பார்ப்பேன். பாதுகாப்பு ஏற்பாடு! நாள் செல்லச் செல்ல இந்த வரிசை உடைகிறதா என்று அவ்வப்போது கவனிப்பேன். 'பிரிஞ்சு உக்காருங்கப்பா' என்று வேண்டுகோள் விடுவதுமுண்டு. வரிசை எண் படி உட்காருங்கள் என்று சொல்லிச் சில ஆசிரியர்கள் ஊர், தெரு நெருக்கத்தை உடைப்பார்கள்.

சிறுபான்மைச் சமுகத்து மாணவிகளின் வரிசை எதனாலும் உடையாமல் மிக இறுக்கமாக இருக்கக் கண்டேன். ஒருமுறை கூப்பிட்டு ஏன் என்று கேட்டேன். "எல்லாரும் பிரண்ட்ஸ்தான்! சேந்து உக்காருவோம் சார்! எங்களுக்கு ஒண்ணுமில்ல! சில நேரங்கள்ல எங்க பழக்க வழக்கத்த அவுங்க கேலி பண்ணுவாங்க! அதுக்குத்தான்..." என்றார்கள். நான் ஏதும் பேசவில்லை. முதன்முதலாக உள்வகுப்பறையை நான் உணர்ந்த தருணம் அது!

உடையும் உறவு

சமுக இடைவெளிகள் குறித்து நாங்கள் தெளிவாய் உணர்ந்தது 1980-ல்தான். ஒருநாள் நள்ளிரவு கல்லூரி நூலகம் தீப்பற்றி எரிந்தது. மாணவர் சிலர் வெட்டுக் காயங்களோடு தரையில் கிடந்தார்கள். கல்லூரிக்குள் சாதிக்கலவரம். திகைத்தோம்! எதிர்பார்க்கவே இல்லையே என்று பேசிக்கொண்டோம். பூமிக்கடியில் ஓடும் விஷ ஊற்றுக்கள் பற்றி ஏதுமறியாமல் 'எல்லாம் நல்லாத்தான் இருக்கு' என்று நாங்கள் நடந்து கொண்டிருந்த காலம் அது!

இது இடைவெளிகள் அதிகரித்து வரும் காலம். தலைவர்கள் பாடங்கள் எல்லாம் தர்மசங்கடத்துக்கு உள்ளாகின்றன. அவர்களுக்குச் சாதி அடையாளம் வழங்கிப் பாடங்களுக்குப் பூ வைப்பதும் நடக்கிறது. பாடங்களைக் கிழித்துத் தீ வைப்பதும் நடக்கிறது. மாணவர்கள் சாதி அடையாளக் கயிறுகளைக் கைகளில் கட்டி நெஞ்சு நிமிர்த்திப் பள்ளிகளில் நுழையும் நிலையும் பல இடங்களில் இருக்கிறது. இந்த இடைவெளிகளை நிரப்பாமல் வகுப்பறை உறவு திடப்படுவது எப்படி?

வசதியும் வறுமையும்

வசதி படைத்த மாணவர்கள் உருவாக்கும் இடைவெளி தனி. எதிர்காலம் உத்திரவாதப்பட்ட அம் மாணவர்கள், வகுப்பைக் கவனிக்க மாட்டார்கள்; சக மாணவர்களைக் கவனிக்கவும் விடமாட்டார்கள். ஆசிரியர்களை அலட்சியப்படுத்துவதுதான் அவர்கள் வெளிப்படுத்தும் வீரம். ஆசிரியர்களை நேசித்து நெருங்கும்

மாணவர்களைக் கேலியும் செய்வார்கள். படித்த காலத்திலும், பணியாற்றிய காலத்திலும் இதைப் பார்த்திருக்கிறேன்.

கடைசிவரை அறுபடாமல் தொடர்ந்த உறவு ஏழை வீட்டுப் பிள்ளைகளின் உறவுதான். ஒவ்வோர் ஆசிரியரும் இதை அறிவார்.

வசதி வாய்ந்த மெட்ரிகுலேஷன் பள்ளிகளிலும், அடிப்படை வசதியுமற்ற கிராமப்புற அரசுப் பள்ளிகளிலும் தலைகீழான இரு நிலைமைகளைப் பார்க்கிறேன்.

வசதியான குடும்பத்து மாணவர்களுக்குக் குறைவான சம்பளம் பெற்றுக் கற்பிக்கும் ஆசிரியர்கள் சதைபோட்ட மெட்ரிகுலேஷன் பள்ளிகளில்! மத்திய வர்க்கச் சௌகர்யங்கள் பெற்ற ஆசிரியரிடம், வறுமை வாட்டும் குடும்பத்துப் பிள்ளைகள் பாடம் படிப்பது மெலிந்த அரசுப் பள்ளிகளில்!

சமூக இடைவெளிகள் இருவேறு பள்ளிகளிலும் இருவேறு விதமாக இருக்கின்றன.

விளைவு தெள்ளத் தெளிவு. எத்தனை கோபம் வந்தாலும் வசதி வாய்ந்த மாணவர்களை அடிக்க ஆசிரியர் கைகள் உயர்வதில்லை. சிறு கோபத்திலும் ஏழை மாணவர்கள்மீது கை பரபரத்துப் பாய்கிறது.

வறட்சியும் வாசிப்பும்

தொடர்ந்து வாசிக்காத ஆசிரியர் வகுப்புகளில் உருவாகும் வெற்றிடம் பற்றிச் சொல்ல வேண்டியதில்லை. அவர்களின் 'அரைத்த மாவுப் பேச்சு' மாணவர்களைத் துரத்திக் கொண்டே இருக்கும்.

அறிவாளித்தனம் உருவாக்கும் இடைவெளி வேறு மாதிரியானது. வாசிப்பது எப்போதும் நல்லது. வாசித்ததைப் பகிர்வதற்கான வாய்ப்பு இன்னும் நல்லது. ஆனால் சம்பந்தமற்ற உரையாடலில் வாசிப்பை இறக்கப் பார்ப்பது நல்லது இல்லை. 1970 புதுக்கவிதைகளின் காலம். நான் பணியில் சேர்ந்த புதிதில் வானம்பாடி, கசடதபற, சதங்கை. கணையாழி, ஞானரதம், தீபம் போன்ற சிற்றிதழ்களில் வெளியாகும் புதுக்கவிதைகளைப் படித்துவிட்டு வகுப்பில்தான் வந்து இறக்கி வைப்பேன். சிக்மண்ட் பிராய்டு படித்துக் குழம்பிவிட்டுச் சம்பந்தமற்ற பாடவகுப்பில் பிராய்டு பற்றிச் சொற்பொழிவு! மாணவர்களைப் போன்ற பொறுமைசாலிகள் வேறு யார்?

ரசனைகளும் இடைவெளிகளை உருவாக்கக் கண்டேன். ரஜினிகாந்த் ரசிகர்களால் நிரம்பியிருந்த வகுப்பறைகளில் முற்போக்கு சினிமா குறித்து நான் நிகழ்த்திய உரையாடல்களில் தவறில்லை. ஆனால் போகிறபோக்கில் எளிய தமிழ் ரசனைகள் மீது நடத்திய தாக்குதல் நியாயமில்லை.

பணிஓய்வு பெறும் தருணத்தில் வகுப்பறை விஜய் அஜித் என்றானது. அந்த இளம் நடிகர்களின் தாக்கம் குறித்து அப்போது நான் ஏதும் அறிந்திருக்கவில்லை. தன் நோட்டு, புத்தகம், பெஞ்சு, தேர்வுத்தாள் எல்லாவற்றிலும் அஜித் பெயரை எழுதிவைத்த மாணவனைச் சக ஆசிரியை புகாரின் பேரில், மதிய உணவு இடைவேளையில் ஆசிரியர் அறைக்கு வரச்சொல்லி 10-15

நிமிடத்துக்கு ஒரு விமர்சன விழிப்புணர்வு உரை நிகழ்த்தி அவனை நெளிய வைத்தது ஞாபகத்துக்கு வருகிறது.

அவனுடைய ரசனையை ஒப்புக்கொண்டு அங்கீகரித்து பேச்சைத் தொடங்கினால்தான் வாசல் திறக்கும் அவனுடைய உலகத்துக்குள் நுழையமுடியும் என்ற சிறிய உண்மையும் அன்று புலப்படவில்லை. அறிவார்ந்த சொற்பொழிவுக்கான தாகம் மட்டும் எப்போதும் இருந்தது.

என் ரசனையைவிட, என் மேதாவிப் புலமையைவிட என் மாணவர்கள் முக்கியம் என்ற சத்தியம் துல்லியமாய் என் மனதருகே வந்தது பணிஓய்வுக்குப் பிறகுதான்!

மதிப்புகளும் யதார்த்தமும் மதிப்புகளுக்கும் (Values) நடைமுறைக்கும் உள்ள இடைவெளிகள் எல்லா ஒழுங்கீனங்களுக்கும் அடிப்படையாய் இருக்கின்றன. இந்த விரிசல் பெரிதாய்த் தெரிவது பள்ளிகளில்தான்.

பள்ளிகள் போதிப்பது வேறு; பள்ளிகளின் இலக்கு வேறு. மனிதப் பண்புகளை உருவாக்குவதல்ல பள்ளியின் நோக்கம். தேர்வு வெற்றிதான் பள்ளியின் நோக்கம். நிதானமற்ற வெற்றிக்கூச்சல் புறப்படுவது முதலில் பள்ளிகளில்; பிறகு வெளியே தேர்தல்களில். குறுக்குவழியில் வெற்றி பெறும் மனிதர்களை உருவாக்குவதில் பள்ளிக்கு நிச்சயம் பங்கு இருக்கிறது. வெற்றி வேட்கைதான் ஒழுங்கீனங்களின் ஆதார ஊற்று.

நேர்மை, ஒழுக்கம் எனப் பல லட்சியங்களை வகுப்பறை கொண்டாடுகிறது. வாழ்க்கை வெற்றிக்கும் இந்தப் போதனா லட்சியங்களுக்குமான இடைவெளி குறித்தும் மாணவர்களுக்குத் தெரிகிறது. தொடர்ந்து லட்சியங்களைக் கொண்டாடுவதும் நடக்கிறது. விலகித் தங்கள் வாழ்க்கைச் சௌகர்யங்களுக்கான வழிகளைத் தேடிக் கொள்வதும் நடக்கிறது.

இந்த முரண்பாடு காரணமாகத்தான் ஆசிரியர்க்கு உறுத்துவது மாணவர்க்கு இயல்பாகவும் மாணவர்க்கு உறுத்துவது ஆசிரியர்க்கு இயல்பாகவும் இருக்கிறது. தேர்வில் காப்பி அடிப்பது மாணவர் பண்பாட்டில் பெருங்குற்றமில்லை. மெடிகல் லீவு போட்டுச் சொந்த வேலையாக அலைவது ஆசிரியர் பண்பாட்டில் சாதாரண நடைமுறைதான்.

ஆசிரியரும் மாணவரும் இரு பண்பாடுகளாக உறவைத் தொடர்வதில் எந்தப் பிரச்சினையும் இல்லை. இரு அதிகாரங்களாகத் தொடர்வதுதான் எப்போதும் பிரச்சினை...

7

பள்ளியும் பண்பாட்டுப் புரட்சியும்...

பலத்த காற்றுக்கும் அசையாத அடிப்படை
சீனக் கலாச்சாரப் புரட்சியின் வயது 50.

கல்விச் சீர்திருத்தங்கள் எல்லா நாடுகளிலும் எல்லாக் காலங்களிலும் நடைமுறைக்கு வந்துள்ளன. மற்ற சீர்திருத்தங்களோடு ஒப்பிடுகையில் கலாச்சாரப் புரட்சி ஒரு பலத்த காற்று.

கலாச்சாரப் புரட்சியைப் புரிந்து கொள்வதற்கு முன் பள்ளி அமைப்பைப் புரிந்துகொள்ள வேண்டும். தேர்வையும் சான்றிதழையும் கற்றலின் அடையாளமாக முன்னிறுத்துவது; மாணவரைத் தேர்வு வெற்றியை நோக்கித் துரத்துவது; தேர்வு வெற்றியை வாழ்க்கையின் வெற்றியாக்கிக் கூச்சலிடுவது; மாணவரை வடிகட்டுவது, தரம் பிரிப்பது, பாகுபடுத்துவது; சில நேரங்களில் 'அதட்டல் அதிகாரம்' சில நேரங்களில் 'அக்கறை அதிகாரம்' செலுத்தி, விதம் விதமான திறமைகளை, தனித்துவமான ஆளுமைகளைத் தட்டி வளைத்துப் பள்ளிக்குப் பொருத்தமான வடிவத்துக்கு மாற்றுவது என்று கெட்டிபட்டுக் கிடக்கிறது பள்ளியின் அடிப்படை. பலத்த காற்றடிக்கையிலும் மாறாத அடிப்படை.

பள்ளிகளில் புதிய கட்டடங்கள் தோன்றலாம்; கணினியும் பிறவும் உள்ளே வரலாம். ஆனால் அடிப்படை மாற்றங்கள் நிகழ்வதில்லை.

எதிர்ப்பு அதிகரிக்கும் சில நேரங்களில், நெளிந்து கொடுத்து மாற்றங்களை விழுங்கவும் பள்ளிக்குத் தெரியும். பள்ளிகள் தொடங்கப்பட்ட காலத்தில் மேல்தட்டுச் சமுகத்தைச் சேர்ந்த மிகச் சிலரே பள்ளிக்குள் நுழையும் வாய்ப்பு பெற்றனர். காலப் போக்கில் போராட்டங்கள் வெடித்த போது, பலரும் உள்ளே நுழைய வசதியாகப் பள்ளியின் வயிறு விரிந்து பெருத்தது.

ஆனால், பாகுபடுத்தும் அடிப்படைகளில் மாற்றமில்லை. பள்ளிப் படிப்பால் பயன் பெறுவோரும், பள்ளிகள் தூக்கிக் கொண்டாடுவோரும் எப்போதும் ஒரு சிலரே.

பாகுபடுத்துவதில் பள்ளி ஒரு புதிய மதம். School is the New World Religion- என்பார் கல்வியாளர் இவான் இலிச். (விரிவறிய: Deschooling

Society). ஒழுங்குபடுத்துவது என்ற பெயரில் அதிகாரம் செலுத்தும் புதிய மதம்.

மூடநம்பிக்கைகளையும் கடவுள் வழிபாட்டையும் வலியுறுத்தாத மதங்கள் கூட உலகில் இருக்கின்றன. பாகுபாடுகளை வலியுறுத்தாத மதம் இல்லை. எது நல்லது, எது கெட்டது, எது சுத்தம், எது அசுத்தம், எது புனிதம், எது தீட்டு என்று பாகுபடுத்திக் காட்டுவதில்தான் மதத்தின் முதல் சொற்பொழிவு தொடங்குகிறது.

பள்ளிப் பாகுபாடுகளைப் பற்றிச் சொல்ல வேண்டியதில்லை.

பிள்ளைகளைச் சமமாகப் பாவிப்பது, சமமாக அன்பு செலுத்துவது, ஒவ்வொருவருக்குமான வாய்ப்பைப் பரிசீலிப்பது இவை பள்ளியின் ரத்த அணுக்களில் கிடையாது.

இன்றும் இந்தியாவின் 'புகழ் மிக்க உயர்கல்விக் கூடங்கள்' மேல்தட்டு அறிவாளிகளின் கூடாரங்களே! நகரம் சார்ந்த மத்திய உயர்மத்திய வர்க்கப் பிள்ளைகளின் சாம்ராஜ்யங்கள்! அங்கு நுழையும் ஒடுக்கப்பட்ட சமூகத்துப் பிள்ளைகள், ஆங்கிலம் சரளமாகப் பேசத்தெரியாதவர்கள், கிராமப்புறங்களில் இருந்து வந்தவர்கள், கறுப்பு நிறத்துப் பிள்ளைகள் படும் பாடு தனிக் கதைகள்..

கலை அறிவியல் கல்லூரிகளிலும் என்ன நிலை? தமிழும் வரலாறும்தானே இங்கு இளக்காரப் படிப்பு? அவைதானே தலித் மாணவர் பெருபாலோர்க்கு வழங்கப்பட்ட வாய்ப்பு!

வெறும் தடாலடி அரசியல் நடவடிக்கையா?...

இனி கலாச்சாரப் புரட்சியைப் பார்ப்போம். ஐரோப்பியக் கல்வியாளர்கள், ஊடகங்கள் புரட்சிக்கு எதிராக எழுப்பிய இரைச்சல்களின் வழியில் போய்ப் புரிந்து கொள்ளத்தான் மத்திய வர்க்கச் சிந்தனை இஷ்டப்படுகிறது.

விலகி நின்று பார்ப்போம்.

கலாச்சாரப் புரட்சியைத் தடாலடி அரசியல் நடவடிக்கையாக மட்டும் புரிந்து கொண்டவர்கள், புரட்சி முன்வைத்த கல்விப் பார்வையைத் தவற விடுகிறார்கள்.

மாவோவின் இளம் வயதுக்குத் திரும்புவோம். ஆசிரியராவது அல்லது போர்வீரராவது மாவோவின் இளம் வயதுக் கனவு. உயர் கல்விப் படிப்பு முடிந்ததும் அவர் விரும்பியபடியே ஆசிரியர் பயிற்சியும் பெறுகிறார்.

பீகிங் பல்கலைக் கழகத்தில் துணை நூலகராகக் கொஞ்ச காலம் பணியாற்றி நூல்களோடு வசிக்கிறார். பின்னர் ஓர் ஆரம்பப் பள்ளியின் தலைமை ஆசிரியராகப் பொறுப்பேற்றுப் பிள்ளைகளுக்கு

மொழி கற்பிக்கிறார். இரவுப் பள்ளிகளைத் தொடங்கி அங்கு முதியோருக்கு வரலாறு கற்பிக்கிறார். விவசாயிகளுக்கான பயிற்சி மையங்களில் பூகோளம் நடத்துகிறார்.

இளமையில் அவர் பேசிய பேச்சிலும் எழுத்திலும் கல்வி குறித்த விமர்சனங்கள் பொறி பறக்கின்றன.

பாடத்திட்டம் குறித்து மாவோ ஒருமுறை தெரிவித்த கவலை இது: "பாடத்திட்டம் மிகக் கடுமையாக இருக்கிறது மாட்டின் மேல் வளர்ந்துள்ள முரட்டு மயிர் போல! இதை எப்படி குழந்தைகள் சுமக்க முடியும்?"

1966-ல் கலாச்சாரப் புரட்சியை அறிவிக்குமுன் சீனப் பள்ளிகளில் மாவோ கண்டதென்ன?

உடல் உழைப்பை அலட்சியப்படுத்தி, பாடப் புத்தக அறிவு வகுப்பறைகளில் கோலோச்சி நின்றது. (இந்தியாவில் இது குறித்து ஓயாமல் கவலை தெரிவித்தவர் காந்திஜி).

சிறப்புப் பள்ளிகள், பொதுப் பள்ளிகள், தொழிற்பள்ளிகள் எனப் பள்ளிகள் பல வகைப் பள்ளிகளாகப் பிரிந்து கிடந்தன. அதிகாரிகள் மற்றும் வசதி கூடியவர் வீட்டுப் பிள்ளைகள் சிறப்புப் பள்ளிகளைத் தேர்வு செய்து படித்தனர்.

சமூகத்தோடு ஒட்டாத ஒரு மேல்தட்டு அறிவாளி வர்க்கம் வகுப்பறைகளில் உருவாகி வந்தது. பெயர்தான் அறிவாளி வர்க்கம். அத்தனை மூடநம்பிக்கைகளையும் உருவாக்கியவர்களும், பாதுகாப்பவர்களும் இவர்கள்தான்.

கல்லூரிகள், பல்கலைக் கழகங்களில் விவசாயி தொழிலாளி வீட்டுப் பிள்ளைகளின் எண்ணிக்கை மிகக் குறைவாக இருந்தது. இதற்கு முக்கிய காரணம் பள்ளிப் படிப்பை முடித்ததும் பிள்ளைகள் எழுத வேண்டிய நுழைவுத் தேர்வு. வடிகட்டும் நுழைவுத் தேர்வு! நகரத்துப் பிள்ளைகளின் திறனுக்கும் தயாரிப்புக்கும் ஏற்ப வடிவமைக்கப்பட்ட தேர்வு!

கிராமத்து வாழ்க்கை, உழைப்பு, போராட்டம் குறித்த தகவல்கள் பாடப் புத்தகங்களில் இடம்பெறவே இல்லை. நிபுணர்கள் தங்களுக்கு இஷ்டமானதையெல்லாம் பாடப் புத்தகங்களில் நிரப்பி இருந்தனர். கன்பூஷியஸ் வழிச் சிந்தனைகளில் இருந்து பாடப் புத்தகங்கள் விலகி வரவில்லை.

12 ஆண்டு பள்ளிப் படிப்பு கிராமத்து ஏழைப் பிள்ளைகளுக்குப் பெருஞ்சுமையாக இருந்தது. பாடப் புத்தகங்களையும், ஆசிரியர் உரைகளையும் 12 ஆண்டுகளுக்குச் சுமப்பது லேசான காரியமா?..

பிரச்சினைகளை, 'இது சகஜம்' எனச் சமாதானம் சொல்லித் தாண்டிப் போகிறவராக மாவோ இல்லை. நின்று யோசித்தார்.

சாதாரண மக்களை விடத் தாங்கள் மேலானவர்கள் என்றெண்ணிக் கொண்ட படித்த அறிவாளிகள் மீதான கோபம்... உடல் உழைப்பைப் புறக்கணித்த கல்வித் திட்டம் தந்த ஏமாற்றம்... இவை இரண்டையும் கலாச்சாரப் புரட்சி வெடித்ததற்கான அடிப்படைகளாகச் சொல்லலாம்.

முயன்றவை...முடிந்தவை

கலாச்சாரப் புரட்சி கொண்டு வந்த சீர்திருத்தங்கள் எவை?.

சிறப்புப் பள்ளிகளும் தொழிற்பள்ளிகளும் மூடப்பட்டன. ஒரே மாதிரியான பொதுக் கல்வி நடைமுறைக்கு வந்தது.

கல்லூரிக்குச் செல்லும் மாணவர்களை வடிகட்டி எடுக்கும் 'நுழைவுத் தேர்வு' உடனடியாக ரத்தானது.

கல்லூரி, பல்கலைக் கழகங்களில் விவசாயி, தொழிலாளி, போர் வீரர் வீட்டுப் பிள்ளைகளுக்கு முன்னுரிமை அறிவிக்கப்பட்டது.

தேர்வு வெற்றிக்கும் வேலை வாய்ப்புக்குமான பிணைப்பு துண்டிக்கப்பட்டது.

12 ஆண்டு பள்ளிப் படிப்பு 10 ஆண்டாகக் குறைக்கப்பட்டது. பள்ளிப் படிப்பு முடிந்ததும் 'மறு கல்வி' பெற மாணவர்கள் இரண்டாண்டுக்குத் தொழிற்சாலைகளுக்கும் விவசாயக் களங்களுக்கும் அனுப்பப்பட்டனர். மறுகல்வியை வெற்றிகரமாக முடித்தவர்கள் கல்லூரி பல்கலைக் கழகங்களில் கல்வியைத் தொடர்ந்தனர். அயல்மொழிப் பயிற்சி, இசை, ஓவியம், அறிவியல் ஆராய்ச்சிக் கல்வி போன்ற துறைகளில் கல்வியைத் தொடர விரும்பியோருக்கு 'மறு கல்வி' பெறுவதில் இருந்து விலக்கும் அளித்தனர்.

பாடத் திட்டத்தில் உற்பத்திக்கான உழைப்பு இணைக்கப்பட்டது. எனவே புத்தகப் படிப்போடு உடல் உழைப்பு சேர்ந்தது. உழைப்பும் ஒரு கல்வியானது. அப்போதும் புத்தகப் படிப்பின் முக்கியத்துவம் முழுவதும் குறைந்து போகவில்லை. புத்தகம் 70%, உழைப்பு 30% என்ற விகிதத்தில்தான் வகுப்பறை இருந்தது.

பள்ளிகளோடு உற்பத்தி மையங்கள், பணிமனைகள் இணைந்தன. பாடமும் நடந்தது. உற்பத்தியும் நடந்தது. பள்ளிக்கும் சமூகத்துக்குமான உறவு வலுப்பட்டது.

பாடங்களை அமைக்கையில் விவசாயிகள், தொழிலாளிகளின் ஆலோசனைகள் பெறப்பட்டன. அனுபவங்களைப் பகிர்ந்து கொள்ள விவசாயிகளும் தொழிலாளிகளும் பள்ளிகளுக்கு வந்தனர். பள்ளியின் கதவுகள் இப்படித் திறந்திருப்பதும், சமூகத்தின் ஆசிரியர்கள் பள்ளிகளுக்குள் தாராளமாய் நுழைவதும்தானே கல்வியாளர்களின் நெடுநாள் கனவு!

பாடத் திட்டத்தில் இருந்த அழுகுணிச் சிந்தனைகள் நீக்கப்பட்டன. கம்யூனிசச் சிந்தனைகள் பாடத்திட்டத்தில் இணைந்தன.

எந்தப் பாடத்திலும் கள ஆய்வு இருந்தது. உதாரணமாக ஜிமோ கவுண்டி பகுதியில் வரலாறு படித்த மாணவர்கள் கள ஆய்வுக்குக் கிராமத்தினுள் சென்று பழைய ஆவணங்களைப் படித்ததையும் அப்போதைய பொருளாதார நிலைகள் குறித்துத் தகவல் திரட்டியதையும் நினைவு கூர்கிறார் டாங்பிங். (Impact of the cultural revolution on rural education: The case of Jimo County)

புரட்சி கொண்டு வந்த சீர்திருத்தங்கள் பெரும்பாலான கல்வியாளர்க்கு உடன்பாடானவையே.

ஆனால் சீர்திருத்தங்களை அமுல்படுத்திய விதத்தில் சில தவறுகள் நிகழ்ந்ததும் உண்மை.

1966 ஜூனில், திடுமெனப் பள்ளி கல்லூரிகளை மூடியதும், மூட நம்பிக்கைகளுக்கும் முதலாளித்துவ சிந்தனைகளுக்கும் எதிராகப் பிரச்சாரம் மேற்கொண்ட இளஞ் சிவப்புக் காவலர்கள் (Red Guards) அதீத உத்வேகத்தில் அடிதடி நடவடிக்கைகளில் இறங்கியதும் மாவோ விரும்பிய மாற்றத்துக்கு எதிரான விளைவுகளையே ஏற்படுத்தின.

தவறுகளைத் திருத்தும் நடவடிக்கைகளும் விரைவில் எடுக்கப்பட்டன. புரட்சி அறிவிக்கப்பட்ட ஓராண்டுக்குள்ளாகவே பள்ளி கல்லூரிகள் திறக்கப்பட்டன.

புதிய ஆரம்பப் பள்ளிகளும் திறக்கப்பட்டன. ஒவ்வொரு கிராமமும் சுயமாகப் பள்ளி தொடங்கும் உத்வேகம் பெற்றது. அங்கு பணி புரிய நியமிக்கப்பட்ட ஆசிரியர்களில் பலர் பயிற்சி பெறாதவர்கள். 'மிண்பன்' என்று சீன மொழியில் அழைக்கப்பட்டவர்கள். பயிற்சி பெறாத மிண்பன் ஆசிரியர்கள் ஒருவிதத்தில் நம் அறிவொளித் தொண்டர் போன்றவர்கள். அவர்களுக்கும் மாணவர்களுக்கும் இடையே இடைவெளி குறைவு. பட்டம் பெற்றாலோ. பயிற்சி பெற்றாலோ தேவையற்ற கொம்புகள் முளைத்து விடுகின்றனவே!

புரட்சியின்போது நிகழ்ந்த முக்கிய மாற்றங்கள் சில குறிப்பிடத்தக்கவை.

சீனாவின் எழுத்தறிவின்மை கணிசமாகக் குறைந்தது. உயர்நிலைப் பள்ளியில் கற்ற மாணவர் எண்ணிக்கை பல மடங்காக உயர்ந்தது. ஆய்வாளர் நிர்மல்குமார் சந்திரா தரும் புள்ளிவிவரப்படி, 1965-ல் 93 லட்சமாக இருந்த உயர்நிலைப் பள்ளி மாணவர் எண்ணிக்கை 1970-ல் 2கோடியே 64 லட்சமாக உயர்ந்தது. (விரிவறிய: Education in China-From the Cultural Revolution to Four Modernisations- Nirmal Kumar Chandra,Economic and Political Weekly, May, 1987).

இந்த உயர்வுக்குக் காரணம் என்ன? விவசாயி தொழிலாளி வீட்டுப் பிள்ளைகள் இப்போது தயக்கமின்றிப் பள்ளி கல்லூரிகளுக்குள் நுழைகிறார்கள் என்பதுதான் தெள்ளத் தெளிவான காரணம். இது சீனாவின் புதிய மலர்ச்சி. 1970-ல் எடுத்த கணக்கெடுப்பின்படி பீகிங் பல்கலைக் கழகத்தில் பயின்ற மாணவர்களில் 90% பேர் விவசாயி தொழிலாளி வீட்டுப் பிள்ளைகள்.

தளர்ச்சி

புரட்சியின் தாக்கம் குறுகிய காலமே இருந்தது. அக்டோபர், 1968-ல், தொடங்கிய இரண்டு ஆண்டுகளில் அது ஓய்ந்துபோன நிலை ஏற்பட்டது.

பள்ளிகளில் வழக்கமான நடைமுறைகள் உருளத் தொடங்கின. பிள்ளைகளை உத்தியோகத்துக்குத் தயார் செய்யும் பள்ளி நோக்கங்கள் வலுப்பெறத் தொடங்கின.

ஆசிரியர்களின் ஒத்துழைப்பு இருந்திருந்தால் புரட்சி இன்னும் கொஞ்சம் வேகம் பிடித்திருக்கும். நுழைவுத்தேர்வு ரத்தானதுமே 'merit' போச்சு! 'talent'க்கு மதிப்பில்லை என ஆசிரியர் பலர் அங்கலாய்த்தனர். மத்திய வர்க்க வகுப்பறைகளில் விவசாயி தொழிலாளி போர்வீரர் வீட்டுப் பிள்ளைகள் நிறைந்து கிடக்கப் பார்த்ததுமே, பலர் 'தரம் போச்சு' என்று கண்ணைக் கசக்கினர்.

தேர்வு வெற்றிக்கும் வேலைவாய்ப்புக்குமான தொடர்பைத் துண்டித்ததும், மாணவர்கள் இப்போது பாடங்களைக் கவனிப்பதில்லை என்ற பாட்டு கிளம்பியது. பழைய பாட்டு! மாணவர் மீது ஏதாவதொரு நிர்ப்பந்தம் இருந்தால்தான் ஆசிரியர் வேலை எளிதாக இருக்கிறது. நிர்ப்பந்தமற்ற சுதந்திரமான சூழலில் மாணவர்களைச் சந்திக்க ஆசிரியர்கள் இன்றுவரை பழகவில்லை.

கலாச்சாரப் புரட்சியின் காலம் பத்தாண்டு என்று சொல்வது, மாவோ உயிரோடிருந்த காலம் வரை என்று கணக்கு போட்டுத்தான். மாவோ காலத்திலேயே புரட்சியின் தீவிரம் வெகுவாகக் குறைந்து விட்டது.

நுழைவுத்தேர்வு ரத்து, விவசாயி தொழிலாளி போர்வீரர் வீட்டுப் பிள்ளைகளுக்கு முன்னுரிமை என்ற அடிப்படைகள் மட்டும் எப்படியோ தாக்குப் பிடித்து நின்றன

மாவோ இறந்ததும் (செப்டம்பர், 1976) புதிய ஆட்சியாளர்கள் கல்வித்துறையில் செய்த முதல் மாற்றம் ரத்து செய்யப்பட்ட நுழைவுத் தேர்வை உடனடியாக அமுலுக்குக் கொண்டு வந்ததுதான். அதுவும் முன்னைவிடக் கடுமையான வடிவில்!

அடுத்த நடவடிக்கை, கிராமங்களின் சொந்த ஆதாரத்தில் தொடங்கப்பட்ட ஆரம்பப்பள்ளிகளில் பணிபுரிந்த எண்ணற்ற 'மிண்பன்' ஆசிரியர்களைப் பணிநீக்கம் செய்ததுதான்!

பெருங்கனவுகளின் பின்னடைவு....

கலாச்சாரப் புரட்சியின் வெற்றி தோல்விகள் குறித்துப் பலரும் பல கோணங்களில் அலசுகிறார்கள்.

அறிவுஜீவிகள் மீது வெளிப்படுத்திய முரட்டுத்தனமான எதிர்ப்பு; மரபிலக்கியத்தைப் பாடத்திட்டத்தில் இருந்து முற்றிலும் நீக்கிவிட்டு

கம்யூனிசச் சிந்தனைகளை 'ஒரு கனமாகப் பாடப் புத்தகத்தில் ஏற்றி வைத்தது இரண்டையும் புரட்சியின் தடைகளாகக் கல்வியாளர்கள் காண்கிறார்கள்.

புரட்சிக்குப் பின்னரும் சீனப் பள்ளிகளின் அடிப்படைகள் மாறாமல் இருப்பதைச் சுட்டிக் காட்டும் கல்வியாளர் எவரெட் ரெய்மர் (காண்க: School is Dead) பள்ளியின் சுபாவத்தை மாற்றுவது கடினம் என்பதை விளக்குகிறார்.

கல்வியோடு உடலுழைப்பை இணைப்பதற்கும், தேர்வு வெற்றியில் இருந்து வேலைவாய்ப்பைத் துண்டிப்பதற்கும் கல்வி அமைப்பு இடந்தருமா? தேர்வுகளும் பாகுபாடுகளும்தான் கல்வி அமைப்பின் ஜீவன். அதுபோக, எதிர்காலம், வேலைவாய்ப்பு என்ற தூண்டில்கள் இல்லாமல் கூடைகளை நிரப்புவது எப்படி?

தூண்டில்தான் ஆசிரியரின் அதிகாரம். தூண்டில்தான் மீன்களின் விருப்பமும் கூட.

ஒரு காலத்தில் கல்விக்கும் வேலைவாய்ப்புக்கும் தொடர்பு இல்லாமல் இருந்தது.' திரு வேறு; தெள்ளியர் ஆதலும் வேறு' என்பார் வள்ளுவர். பழங்காலத்து அறிவாளிகளை எல்லாம் மேல்துண்டு இல்லாத பக்கிரிகளாகவே நாம் பார்த்திருக்கிறோம். அறிவைத் தரும் இன்றைய பள்ளி அமைப்பு வேறு மாதிரியானது. பள்ளி ஒரு சந்தை. கல்வியாளர்கள் பார்வையில் அது Labour Market! பல வேலைகளுக்குப் பிள்ளைகளைத் தயார் செய்யும் சந்தை. நிறுவனங்களுக்கு ஆதாரமான நிறுவனம்.

பணம் போட்டுக் கல்வியை வாங்குவதும், அப்படிப் பெற்ற கல்வியை வைத்துப் பணம் பண்ண அலைவதும் இன்றைய நடைமுறை.

நடைமுறை யதார்த்தங்களின் கூட்டணியில் பெருங்கனவுகள் சில பின்னடைவு காண்கின்றன.

ஆனால், கனவுகள் மீதான நம் உரையாடலை நிறுத்தாதவரை, கனவுகள் தோற்றுப் போவதில்லை.

இந்த உலகம் நம்முடையது
இந்தத் தேசம் நம்முடையது
இந்தச் சமூகம் நம்முடையது
நாம் பேசாவிட்டால் வேறு யார் பேசுவார்?
நாம் செயல்படாவிட்டால்
நமக்காக வேறு யார் செயல்படுவார்?

மாவோ.

8

பொய்களுக்கும் ஓர் இடம்

"சார்! நாளைக்கு எனக்கு உடம்பு சரியில்ல!" என்று காமெடியாகச் சொன்னார் ஜெரால்டு. இதென்ன? கால வழுவமைதியா! என்று யோசித்தேன். சிரித்துக்கொண்டே ஒரு தாளை என்முன் நீட்டினார். அது மறுநாளுக்கான லீவ் லெட்டர். "As I am suffering from..." என அவர் தந்து விட்டுச் சென்ற தாள் முனகியது.

இவர்தான் கொஞ்ச நாள்களுக்கு முன் பி.எஸ்சி மாணவன் சுடலைமுத்துவைக் காய்ச்சு காய்ச்சு என்று காய்ச்சியவர். "வகுப்புக்குப் புத்தகம் கொண்டு வரமாட்டேங்கிறான். கேட்டா தொலஞ்சி போச்சுங்கிறான். பாடாவதிப் பய.பேசுறதெல்லாம் பொய்!" என்று பொரிந்து தள்ளியவர். ஆசிரியர்கள் பொய் சொல்ல ஓர் அனுமதி இருக்கிறது. As I am suffering from....என்று எழுதப்பட்ட லீவ் லெட்டர்கள் எத்தனை எத்தனை?

இது பச்சைப் பொய் ரகம் அல்ல. இது அலுவலகப் பொய். நான் பணியில் சேர்ந்த புதிதில் PF கடன் பெற சில குறிப்பிட்ட காரணங்களைத் தான் சொல்ல வேண்டும். அதில் ஒன்று பிள்ளைகளுக்குக் காது குத்துவது.

வருடாவருடம் PF விண்ணப்பக் கடிதத்தில் நான் பிள்ளைகளுக்குக் காது குத்திக் கொண்டிருந்தேன். (இன்னும் இந்த நடைமுறைதான் இருக்கிறதா என்று தெரியவில்லை.)

இன்றும் சில மாநிலங்களில் ஒரு நடைமுறை இருக்கிறது. ஏப்ரல் பிறந்துவிட்டால் அரசுப் பள்ளி ஆசிரியர்கள் 'தங்களுக்குக் காது சரியாகக் கேட்காது' என்று மருத்துவர் சான்றிதழ் வாங்கிக் கல்வி அதிகாரிகளிடம் சமர்ப்பிக்கிறார்கள். ஒருவர் இருவர் அல்லர். ஆயிரக் கணக்கானோர். காரணம் என்ன? உடல் குறைபாடு உள்ளவர்களைப் பணிமாற்றல் Transfer செய்யக் கூடாது என்ற விதி அங்கு இருக்கிறது. (நம் மாநிலத்தில் என்ன நிலைமை?)

இப்படி நாம் சொல்கிற பொய்கள் எல்லாம் அலுவலகப் பொய்கள். சொந்த வாழ்க்கையில் மிக நேர்மையானவரும் அலுவலகப் பொய் கூறத்தயங்குவதில்லை. இந்தப் பொய்களைப் பெரும்பாலும் சீரியஸாக எடுத்துக் கொள்வதில்லை. கல்லூரி ஊழியர் ஒருவர் மருத்துவ விடுப்பு எடுத்துத் திருச்செந்தூருக்குப் பாத யாத்திரை சென்றதற்காக அந்தக் கல்லூரி நிர்வாகம் அவருக்கு 14 ஆண்டுகள் இன்கிரிமெண்ட்

கட் வழங்கிய ஒரு சீரியஸான சம்பவம் மட்டும் என் ஞாபகத்துக்கு வருகிறது. (பின்னர் அது ரத்தானது). விதிவிலக்குகளைத் தவிர்த்துப் பார்த்தால், அலுவலகப் பொய் சொல்ல நமக்கு அனுமதியும் இருக்கிறது; சுதந்திரமும் இருக்கிறது.

புத்தகம் கொண்டுவராமல் வருவது, தாமதமாக வருவது, வகுப்புக்கு மட்டம் போடுவது போன்ற சிறு தவறுகளுக்கு மாணவர்கள் சொல்லும் 'வகுப்பறைப் பொய்களுக்கும்' அனுமதி தந்தால் என்ன? அந்தப் பொய்களில் உள்ள கற்பனையை ரசித்தால்தான் என்ன?......

குழந்தைகள் சொல்லும் பொய்களைப் பெரியவர்களின் தாக்குதலுக்கு எதிரான தற்காப்பு defence against the attacks of the adult-- என்று மரியா மாண்டிசோரி சொல்வதையும் கவனத்தில் கொள்ளவேண்டும். அதுவும் போக நம் ஊர்ப் பிள்ளைகள் அமெரிக்கப் பள்ளிக் குழந்தைகளைப் போல "நான் எழுதி வைத்திருந்த ஹோம் ஒர்க்கை எங்கள் வீட்டு நாய் தின்றுவிட்டது" என்று அஞ்சாத பொய்களை அவிழ்த்து விடுவதில்லையே!

பணிஓய்வுக்குப் பின் எனக்குக் கிடைத்த புதிய மேடை பள்ளி ஆசிரியர் மேடை. பள்ளி ஆசிரியர்கள் கவனிக்கிறார்கள்; ஒப்புக்கொள்கிறார்கள்; மறுக்கிறார்கள்; என்னைத் திருத்துகிறார்கள்.

ஒரு விவாதத்தின் போது ஆசிரியை கற்பகவள்ளி சொன்னார். "எங்கள் பள்ளி வகுப்பறை எல்லாம் ஒடுக்கமா நெரிசலா இருக்கு. விசாலமான வகுப்பறை இருந்தாத்தான் நீங்க சொல்றதையெல்லாம் செய்ய முடியும்".

ராத்திரி பூரா உட்கார்ந்து தயாரித்து வந்து கல்வி உரையாற்றினாலும் ஆசிரியர் போதாமை, வகுப்பறை போதாமை போன்ற அடிப்படைப் பிரச்சினைகள் முன்னால் வந்து வந்து நிற்கும். அது யதார்த்தம்; அது உண்மை. ஆனால் தீர்வு என் கையில் கிடையாது. எனவே விவாதத்தைத் தத்துவார்த்தத் தளத்துக்கே நகர்த்துவேன். "சின்ன வகுப்பறை பெரிய பிரச்சினை அல்ல; நம் இறுக்கம் காரணமாகச் சுருங்கிக் கிடக்கும் வகுப்பறைதான் உண்மையான பிரச்சினை" என்றேன்.

விவாத அரங்கு அமைதி காத்தது. "சிரிப்புக்கு ஒரு இடம் இருந்தால் வகுப்பறை விசாலமாகும்" என்றேன்.

பலர் உண்மையை ஒப்புக்கொண்டு சிரித்தார்கள். தமாஷாகப் பாடம் நடத்துவது பற்றி மட்டும் அவர்கள் புரிந்துகொள்ளக் கூடாது என்பதற்காகச் சற்று விளக்கினேன்.' கவனம் சிதறுவது, பாடத்தை மறப்பது போன்ற சிறு சிறு தவறுகளுக்கும் கோபம்

கொண்டு சுருங்கிப் போகாமல் சிரிக்கும் வகுப்பறை என்றேன்.. அப்போதும் அவர்களின் சிரிப்பு தொடர்ந்தது.

கல்லூரிப் பணியின் போதே அடிக்கடி சொல்ல நினைத்து, கேட்க யாரும் இல்லாததால் சும்மா கிட என அடைத்து வைத்த எண்ணத்தை வெளிப்படுத்த இது தருணம் எனக் கருதினேன்.

"வகுப்பறையில் பொய்களுக்கும் ஓர் இடம் வேண்டும்" என்றேன்.

இப்போது புன்னகைகள் மர்மப் புன்னகைகள் ஆயின. அங்கீகாரமா? மறுப்பா? புன்னகையின் பொருள் அறிவது கடினம். நானே விளக்கினேன். அலுவலகப் பொய்கூற நமக்கு உள்ள அனுமதி பற்றிப் பேசினேன்." விதிகள் வறட்டுத்தனமா இருந்தா பொய்கள்தான் வழியாக இருக்கும்" என்றார்கள். நான் மறுக்கவில்லை. அடுத்து வகுப்பறைப் பொய் பற்றிச் சொன்னேன். "நாமே பொய் சொல்லத் தூண்டுவதா?" என்பது ஒருவரின் வாதம். "தூண்ட வேண்டாம்! ஏராளமாக அவர்களிடம் ஸ்டாக் இருக்கு" என்பது இன்னொருவரின் கிண்டல்.

"வகுப்பறைப் பொய்யை வைத்து மாணவரின் நேர்மையை அளக்க முடியாது. பல பொய்கள் சிரித்துக் கழிக்க வேண்டியயவை" என்றேன். நான்.

உரைக்கான அங்கீகாரம் குறைந்துகொண்டே வந்தது. இருந்தபோதும் நான் முரட்டுப் பிடிவாதமாய் அடுத்த கட்டத்துக்கு விவாதத்தை நகர்த்தினேன்.

"சிறு சிறு அத்துமீறல்களுக்கும் வகுப்பறையில் இடம் வேண்டும்" என்றேன். பேச அனுமதி கேட்டுக் கைகள் பல உயர்ந்தன. பேசாதவர்களும் "இவருக்கென்ன! சொல்லீட்டுப் போயிருவாரு!" என்று மனசுக்குள் பேசியிருக்க வேண்டும்.

இத்தகைய நேரங்களில் சிலர் அதிதீவிரத்தின் எல்லையில் நின்று பேசுவார்கள். 'விட்டால்' என்று ஆரம்பித்து சில நடக்காத விசயங்களைச் சொல்வார்கள்.

"தலையில ஏறி மோளுவான்"

"டீச்சர் சேலயப் பிடிச்சு இழுப்பான்"

"பாம்பப் பிடிச்சு வகுப்புக்குக் கொண்டு வருவான்" என்பவை சில.

"நீங்கள் தவறுகளை ஆதரிப்பவரா?" என்று ஒர் ஆசிரியர் என்னிடம் கேள்வி கேட்டார். குறுக்கு வழியில் என்னைப் புரிந்து கொள்ளப் பார்த்தார். அது நடக்காது.

நான் நீண்ட பாதையில் நின்று பேசினேன். "தவற்றின் அளவுக்கும் கோபத்தின் அளவுக்கும் ஒரு பொருத்தம் இருக்க வேண்டும். பாடம் நடத்தும் போது கடைசிப் பெஞ்சு மாணவன் சன்னமாகத் தாளம் போட்டான் என்பதற்காக ஆசிரியர் ஒருவர் அவனை அடித்துக் காயப்படுத்தினார். இது சமீபத்தில் நடந்த சம்பவம். இதுபோல ஆயிரம் இருக்கு. அத்துமீறல் சில நேரங்களில் உரிமையின் அடையாளம்; அது குழந்தைகள் வெளிப்படுவதற்கான தவிப்பும் கூட. பள்ளிகள் அதை ஒழுங்கீனம் என்கின்றன."

இப்படிப் பேசிக்கொண்டிருந்தபோதே வீட்டில் சிறிய சண்டை வந்தாலும் அதை அவமதிப்பாகக் கருதி, கோபங்கொண்டு சாப்பிடாமல் பணிக்குச் சென்ற நாட்கள் ஞாபகத்தில் ஓடின. பட்டினி கிடப்பது என் பள்ளிப் பருவத்தில் இருந்து தொடர்வது. "அகந்தை விலகி, இறுக்கம் விலகி வகுப்பறை விசாலமாக வேண்டுமானால் அங்கு நம்மை அவமதிப்பதற்கும் ஓர் இடந்தர வேண்டும்" என்றேன். இது அன்று என் பேச்சின் திட்டத்தில் இல்லாத புது விசயம்.

'அவமதிப்பதற்கும் ஓர் இடம்' என்று சொல்லிவிட்டுப் பிறகு குழம்பினேன். புரிந்து கொள்வார்களா என்று ஐயப்பட்டேன்.. ஆசிரியர்கள் புரிந்துகொண்டே பேசினார்கள். வழக்கம் போல ஆசிரியை புஷ்பம் முதல் ஆளாக எழுந்தார். மாணவர்களிடம் அக்கறை உள்ளவர். கொஞ்சம் கோபக்காரர். "போன வாரம் காலையிலேயே மழை. ஏழாங்கிளாஸ் பையன் போன் பண்ணிக் கேக்கிறான். புஷ்பா டீச்சர்! இன்னிக்கி ஸ்கூலா லீவான்னு. டீச்சர்னு கேக்கலாமில்ல. ஏன் பேர் சொல்றான்? கொழுப்புதான்? இது நம்மள அவமதிக்கிறதுதான். இதையெல்லாம் அனுமதிக்கக்கூடாது சார்" அவருக்கு ஆதரவாக நின்றார் சங்கரநாராயணன். எப்போதும் விரிவாகப் பேசக்கூடியவர். "வகுப்புக்குள்ள நுழையிறப்ப கடைசி பெஞ்சுக்காரன் சிலபேரு எந்திரிக்கிறதே இல்ல. வேணுமின்னேதான்! அப்புறம் நம்ம ஒரு கேள்வி கேட்டா சில பயக நிக்கிற தோரணை, அவன் முகபாவனை, பதில் சொல்ற விதம் ஏதாவது பதில் சொல்லீட்டு பக்கத்தில இருக்கிறவனப் பாத்து நக்கலாச் சிரிக்கிறது... இதெல்லாம் உறுதியா நம்மள அவமதிக்கிறதுதான்" என்றார்.

வெற்றிச்செல்வன் எழுந்தாலே அவை நெளிந்தது. பட்டென்று பேசக்கூடிய இளைஞர். ஆனால் விவாதத்தின் மந்தைப்போக்கைத் திருப்பி விடக்கூடியவர்.

"குருகுல காலத்து எதிர்பார்ப்புகளோடு, இன்னைக்கி நாம் வகுப்பறைக்குள்ள நுழையக்கூடாது; நுழையிறது தப்பு' என்றார்.

வார்த்தைகளை அளந்து பேசக்கூடிய சண்முகக்கனி விவாதத்தை இலக்கு நோக்கித் திருப்பினார். "பெரும்பாலான நேரங்கள்ல அவமதிப்பு என்பது வெறும் கற்பனையாத்தான் இருக்கு. நம்ம இடங்கொடுக்காம நம்மள யார் சார் அவமதிக்கமுடியும்? தன்னம்பிக்கை குறைவானவங்கதான் அவமதிப்பை அதிகமா உணர்றாங்க" என்றார்.

அதிகம் பேசாதவர் ஆசிரியை ராஜம். அன்றைக்கு அவர் பேசியது விவாதத்தின் கிரீடம். "அவமதிப்புன்னு நெனச்சு நெனச்சுத்தான் வகுப்பறையும் சுருங்கிப் போச்சு. வாழ்க்கையும் சுருங்கிப் போச்சு. அவமதிப்புக்கும் கொஞ்சம் இடம் கொடுக்கலாம். கொடுப்போம் சார்! கொஞ்சம் விசாலமா இருக்கட்டும் நம்ம உலகம்.

இந்த வார்த்தைகளில் சுப்பையா உத்வேகம் பெற்றிருக்க வேண்டும். எழுந்து "அவமதிப்புகளை மறந்தாத்தான் பகையையும் மறக்கமுடியும். இந்தப் பக்குவம் வகுப்புக்கு மட்டுமல்ல நாடுகளுக்கும் வேணும். மதங்களுக்கும் வேணும்" என்று சொன்னார். அனைவரும் அங்கீகரித்தார்கள். உற்சாகமான கைதட்டல்.

கூட்டம் முடிந்த பிறகும் கட்டாயம் ஒரு கொசுறு கிடைக்கும். பஸ்ஸுக்குக் காத்திருந்தபோது பாத்திமா கேட்டார்: "சில நேரங்கள்ல எது கேட்டாலும் பசங்க வாயத் தெறக்கவே மாட்டேங்கிறாங்களே! பிடிவாதத்துக்கும் கொஞ்சம் இடம் கொடுக்கணுமோ?"

அப்போதும் ராஜமே பதில் சொன்னார் "கொடுக்கணும். வகுப்பறை விசாலமாகுமோ என்னமோ… நம்ம மனசு விசாலமாகும்" என்றார்.

ஒவ்வொரு விவாதத்திலும் யாராவது ஒருவர் இப்படி விசுவரூபம் எடுப்பதைப் பார்க்கிறேன். பார்த்துப் பிரமிக்கிறேன்….

9

ஜென் வகுப்பறைகள்

1
யாரும் வாங்கிக் கொள்ளாத வார்த்தைகள்

தவறு செய்யும் மாணவனைத் திட்டிவிட்டு 'இன்னைக்கிக் குடு குடுன்னு குடுத்தேன்' என்று திருப்திப்பட்டுக் கொள்கிறார்கள் ஆசிரியர்கள் சிலர்.

அவர் கொட்டிய வார்த்தைகளை அவன் எடுத்துக் கொண்டானா? அல்லது அங்கேயே போட்டுவிட்டானா? என்பது எப்போதும் கேள்விக்குறி.

அங்கேயே போட்டுவிட்டான் என்றால் கொட்டிக் கிடக்கும் வார்த்தைகளை மீண்டும் அள்ளி எடுத்துக் கொள்ள வேண்டியது யார் பொறுப்பு? மாணவன் வாங்கிக் கொள்ளாத, வாங்க விரும்பாத வார்த்தைகள் இனி யாருக்குச் சொந்தம்?...

"மண்டையில் மூளை இருக்கா? களிமண் இருக்கா? "என்று மாணவனை மாணவியை நோக்கிக் கேட்ட கேள்வி, ஆகாயத்தில் விட்டெறிந்த கல் போல, பிடிப்பாரின்றி நம் கைக்கே வந்தால்... சே! இது என்ன புது அவமானம்!

'திங்க மட்டும் தெரியுது' என்று பிள்ளைகளைப் பார்த்துப் பெற்றோர் கொட்டும் வார்த்தைகளுக்கும் இதே கதிதான்! பிள்ளைகள் வாங்க விரும்பாத வார்த்தைகள்!

வாங்க விரும்பாத வார்த்தைகள் திரும்பி வருவது மட்டுமல்ல, வந்து நம் மூக்கையே உடைத்து விடுவதும் உண்டு.

ஒரு முறை எங்கள் கல்லூரி ஆங்கில ஆசிரியர் "என் மகன் மூணாம் வகுப்பு படிக்கிறான். அவனுக்குத் தெரிஞ்ச இங்கிலீஷ் உங்களுக்குத் தெரியலையே" என்று மாணவர்களைப் பரிகாசம் செய்தார். ஒரு ஸ்டிரைக்கில் போய் முடிந்த பேச்சு இது.

நான் பட்டப்படிப்பு படிக்கும்போது எங்களுக்குத் தமிழ் கற்பித்த ஆசிரியர், மாணவர் மத்தியில் சிறு சிறு சலசலப்பு எழுந்தால் கூட,

அது தன்னைக் குறித்த அவமானமாகக் கருதி, 'ஒருத்தனுக்குப் பொறந்தவன்னா வாடா இங்கே' என்று ஆவேசப்படுவார். உடனே தணிந்து மன்னிப்பு கேட்பார். இப்போது வகுப்பறையில் சலசலப்பு கூடும். இளக்காரமும் சேர்ந்து இருக்கும். உண்மையான அவமானம் இப்போதுதானே!

"திட்டுங்கள்! தீர்வு வரும்!" என்று பிடிவாதமாக நம்பும் ஆசிரியர்களிடம் சொல்லவேண்டிய ஜென் கதை இது.

ஜென் கதைகளையும் உரையாடல்களையும் படிக்கையில், கட்டுப்படுத்தாத ஒரு சுதந்திரத்தை எப்போதும் உணர முடிகிறது. உள்ளுக்குள் ஒளிந்து இருந்து, இந்தா! பிடி! என்று எதையாவது நம்மிடம் திணிக்கிற கைகள் ஜென்னில் இல்லை.

நிறமற்ற கண்ணாடி போல ஜென் என் எதிர் நிற்கிறது. அந்தக் கண்ணாடி என்னைமட்டுமே சத்தமின்றிப் பிரதிபலிக்கிறது. கண்ணாடி பார்த்து என்னை நான் திருத்திக் கொள்ளலாம் எனக்கு விருப்பமிருந்தால்.

ஜென் ஒரு தத்துவமும் அல்ல; மதமும் அல்ல என்பதையும் இங்கு நான் குறிப்பிட்டுச் சொல்ல வேண்டும்.

ஆசிரியர்களிடம் பகிர்ந்து கொள்ள நினைத்த ஜென் கதை இதுதான்.

ஒரு மல்யுத்த வீரர். அவரிடம் ஜெயித்தவர் யாருமில்லை. இப்போது அவருக்கு வயதாகிவிட்டது. இருந்தபோதும் இன்றும் அவரைச் சுற்றி ஏராளமான சீடர்கள்.

ஒருமுறை அவர் இருந்த கிராமத்துக்கு ஓர் இளைஞன் வந்தான். சமீப காலமாகப் புகழ் பெற்ற இளம் வீரன் அவன். எதிராளியைப் பலவீனப்படுத்தி ஜெயித்து வருபவன். பலசாலிகளைப் பலவீனப்படுத்த ஒரே வழி அவர்களுக்குக் கோபமூட்டுவதுதானே!

அந்த இளம் வீரன் முதிய வீரரிடம் முன்வந்து, "நாம் இருவரும் சண்டையிடலாமா?" என்று கேட்டான். 'சரி!' என்றார் முதியவர் அப்பாவித்தனமாக.

அந்த இளைஞனின் குறுக்கு வழிகளை அறிந்த சீடர்கள். 'வேண்டாம் ஐயா! அவனோடு சண்டையிட வேண்டாம்' என்று தடுத்துப் பார்த்தார்கள். 'அதனாலென்ன? அவன் விருப்பப்படி நடக்கட்டும்' என்றார் முதியவர்.

மல்யுத்தக் களத்தில் இருவரும் எதிரெதிரே வந்து நின்றார்கள். தாக்குதலைக் கொடுக்க முதிய வீரர் முதல் எட்டை எடுத்து வைத்தார். இளம் வீரன் முதியவர் எதிர்பாராதபடி, "ஏ! முட்டாள் வா! கிழட்டுப் பிணமே வா!" என்று வசை பாடி அழைத்தான். முதியவர் அசையாமல் நின்றார்.

அடுத்து காது கூசும் ஆபாச வார்த்தைகளைக் கொட்டிக் கைதட்டிப் பரிகாசமாகச் சிரித்தான். முதியவர் ஆங்காரத்துடன் குலுங்குவார் என்று எதிர்பார்த்தான். அவர் நிறைகுடமாய் நின்றார். தாக்குதலுக்கு அடுத்த எட்டை எடுத்து வைத்தார்.

அவன் கலங்கினான். கடைசி முயற்சி. அவரை நோக்கிக் காரித் துப்பி, ஒரு கைப்பிடி மண்ணெடுத்து வீசினான். அப்போதும் முதியவர் அசையவில்லை. அவருக்கு மன உளைச்சலைத் தருவது அவ்வளவு சுலபமில்லை.

இளம் வீரன் சோர்ந்து போனான். குறுக்கு வழி தோற்றுப் போனதில், அவன்தான் பதற்றமடைந்தான். தடுமாறிக் கீழே விழுந்தான். தோல்வியை ஒப்புக்கொண்டு வெளியேறினான்.

அவன் போனதும், முதிய வீரரைச் சீடர்கள் சூழ்ந்துகொண்டு, "எப்படி ஐயா அவன் பேசிய அத்தனை வசைகளையும் பொறுத்தீர்கள்?" என்று கேட்டனர்.

முதிய வீரர் பதில் கேள்வி எழுப்பினார்: "உன்னிடம் ஒருவர் சில பரிசுப் பொருள்களைக் கொண்டு வந்து தருகிறார். அவற்றை நீ வாங்கிக் கொள்ளவில்லை. அந்தப் பொருள்களின் நிலை என்ன?"

சீடர்கள் பதில் சொன்னார்கள் "கொண்டு வந்தவரேதான் அந்தப் பொருள்களை எடுத்துப் போக வேண்டும். நான் வாங்கிக் கொள்ளாவிட்டால் பொருள்கள் அவருடையவைதானே!"

முதிய வீரர் உரையாடலை முடித்துவைத்துச் சொன்னார். "இளைஞன் பொழிந்த வசைகளை நான் வாங்கிக் கொள்ளவில்லை. அப்படியானால்...அந்த வசை யாருக்குச் சொந்தம்? யாருக்கு உரியது?" சீடர்களுக்குப் புரிந்தது.

மாணவர்கள் வாங்க விரும்பாத வார்த்தைகளைக் கொட்டிவிட்டுத் தினமும் திரும்ப அள்ளிக் க்கொண்டிருக்கும் நமக்கு மட்டும் புரியாதா என்ன?......

2

உண்மை... நம்பிக்கை... பிடிவாதம்...

நம்பிக்கைகளும் உணர்ச்சிகளும் புதிய அனுபவங்களை நோக்கிப் போவதற்குத் தடைகளாவது கண்கூடு.

முதலில் புரிதலாய்த் தட்டுப்படுவது...நாளடைவில் நம்பிக்கை ஆகிறது. நம்பிக்கை ஆனதும் புதிய புரிதல் வந்து விடாதபடி வழிமறிக்கிறது.

ஒவ்வோர் ஆசிரியரிடத்தும் ஒவ்வொரு விதமான புரிதல் இருக்கிறது. மாதிரிக்கு ஒன்று! "பாடம் நடத்துறது முக்கியம் இல்ல சார். திரும்பத் திரும்ப டிரில் பண்ணணும். எழுத வச்சு கைய ஒடிக்கணும். அப்புறம் பாருங்க. பரீட்சையில எப்படி எழுதுறான்னு!".

அறிவுரைகளிலும் இப்படி ஒருவிதமான புரிதல் உண்டு. "ஊட ஊட ஒரு ஜோக் அடிங்க! வகுப்பு சுதாரிப்பா இருக்கும்!"

அவரவர் அனுபவத்தில் பிறந்த புரிதல்கள்...! சரியா தப்பா என்று சரிபார்க்கும் முன் அவை நம்பிக்கைகளாகி விடுகின்றன. அந்த நம்பிக்கைகள் சில ஊதிப் பெருத்து நகரமுடியாமல் வகுப்பறைக்குள் கிடக்கின்றன.

சரியான புரிதல்கள் கூட நம்பிக்கைகளாக மாறுகிற ஆபத்து இருக்கத்தான் செய்கிறது. கமலா வி.முகுந்தா என்ற கல்வியாளர் "கற்பித்தலில் நாம் உருவாக்கிக் கொள்ளும் கெட்டிபட்ட நம்பிக்கைகள் நெகிழ்ச்சியற்ற, இறுக்கமான ஆசிரியராக நம்மை மாற்றிவிடும்" என எச்சரிக்கிறார். அவசியம் நாம் படித்து விவாதிக்க வேண்டிய நூல்களில் ஒன்று What did you ask at school today - Kamala V. Mukunda.

1990 களின் தொடக்கத்தில், பாலோ பிரையரே படித்தபோது உண்டான பரவசம் இன்னும் என் ஞாபகத்தில் இருக்கிறது. உரையாடும் வகுப்பறை (Dialogical Classroom) என் கனவானது. உரைகளால் சோர்ந்திருந்த என் வகுப்புக்குள் விவாத வழிக் கல்வி நுழைந்து புது ரத்தம் பாய்ச்சியது. உரைகளை விட உரையாடல்கள் சிறந்தவை என்று புரிந்தது. புதிய புரிதல்! புதிய அனுபவம்! ஆனால் அது புதிய நம்பிக்கையாக மாறியபோது பழைய சிக்கல் வந்தது. உரையாடல்களும் ஓரிடத்தில் நகராமல் நின்றதைக் கண்டேன். உரையாடல்களை நகர்த்த உரைகளும் தேவை; பேச்சைப் பிரமாதப்படுத்தி வகுப்பில் எழுத்தை ஒதுக்கிவிடக் கூடாது எனப் புதிய புரிதல்கள் விரிந்தன.

பள்ளித் தமிழாசிரியர் ஒருவர், "சீட்டுக்கட்டு மேஜிக் தெரிந்த பிறகு வகுப்பறையில் புது உற்சாகம் பிறந்தது" என்றார். திருக்குறளின் கூடாநட்பு பாடத்தைச் சீட்டுக்கட்டு வைத்து விளக்கியதாக விவரித்தார். 'புது உத்தி' என்று பாராட்டினேன்.

'இப்போதெல்லாம் சீட்டுக்கட்டு இல்லாமல் வகுப்புக்குப் போவதில்லை 'என்று அவர் சொன்னபோது அதிர்ச்சி அடைந்தேன்.

'இது சிக்கல்' என்று சொல்ல நினைத்தேன். அவரைக் காயப்படுத் தாமல் சொல்லக்கூடிய வார்த்தைகள் உடனடியாகக் கிடைக்காத தால் விமர்சனத்தைத் தவிர்த்தேன்.

வகுப்புக்குள் நுழைந்த முதல் நாளில் இருந்து ஓய்வு பெறும் காலம் வரை எந்த முயற்சியும் செய்து பார்க்காமல் ஒரே மாதிரியான

வகுப்பைக் கட்டி இழுக்கும் ஆசிரியர்கள் பற்றிக் கவலைப்பட்டு ஆகப்போவதில்லை.

புதுப்புது முயற்சிகளைச் செய்து பார்க்கிற நல்ல ஆசிரியர்கள் ஒருபோதும் தேங்கி நின்றுவிடக் கூடாது என்பதுதான் நம் கவலை.

இப்போது ஒரு ஜென் கதை:

'மாரா' என்றொரு பாத்திரம் பழைய ஜென் கதைகளில் வருவதுண்டு. மாரா நல்ல முயற்சிகளுக்கு எதிரான ஒரு சக்தி. சில நேரங்களில் மரணத்தின் கடவுளாகவும் சொல்லப்படுவதுண்டு.

மாராவுக்கும் படை, பரிவாரம் எனப் பெருங்கூட்டம் உண்டு. ஒரு நாள் மாரா தன் உதவியாளர்களுடன் வீதியில் சென்று கொண்டிருந்தான். எதிரே ஒரு மனிதர் வந்தார். பக்குவப்பட்டவராகத் தெரிந்தார். அவர் முகத்தில் பெரும் பிரகாசம்!

'ஐயா! ஏன் இந்த மனிதர் முகத்தில் இத்தனை மலர்ச்சி?' என்று உதவியாள் ஒருவன் மாராவிடம் கேட்டான்.

மாரா சொன்னான். "வேறொன்றுமில்லை! இன்று இவர் ஓர் உண்மையைக் கண்டுபிடித்திருக்கிறார்." உதவியாளர்கள் பதறினார்கள். "உண்மையைக் கண்டு பிடித்திருக்கிறாரா? அதனால் நமக்கு ஆபத்தில்லையா?" என்று கேட்டார்கள்.

மாரா சொன்னான் "இந்த உண்மையை இவர் சீக்கிரம் நம்பிக்கையாக மாற்றிவிடுவார். உண்மைகளால்தான் நமக்கு ஆபத்து. நம்பிக்கைகளாலும் பிடிவாதங்களாலும் நமக்கு எந்த ஆபத்தும் இல்லை" என்றான்.

பிறகு அலட்சியமாக வீதியில் நடந்து சென்றான். சுருக்கமான அதே நேரம் சுருக்கென்று குத்துகிறகதை. வகுப்பறை உண்மைகளைத் தொடர்ந்து பகுத்தறிவுக்கு உட்படுத்திப் புதுப்பிக்காவிட்டால் உண்மைகளும் தேங்கிப் போகும்; நாமும் தேங்கிப் போவோம்.......

3

கடந்து போக வேண்டிய சில நிமிடங்கள்.........

"ஒவ்வோர் உரசலுக்கும் நீ எரிச்சல்பட்டால் உன் கண்ணாடி பளபளப்பாவது எப்போது?" என்பார் பாரசீகக் கவிஞர் ரூமி. அவருடைய முழுப்பெயர் ஜலாலுதீன் முகமது ரூமி. அவர் வாழ்ந்தது 13ஆம் நூற்றாண்டில்.

எந்நேரமும் மூக்கு மேல் கோபத்தை வைத்துக் கொண்டு, மாணவன் பேனா கொண்டு வரவில்லை என்பதற்காக அவனைத் தர தர என்று இழுத்துப் போய்ச் சுவரில் முட்டவைக்கும் மூர்க்கத்தனம்

கொண்ட ஆசிரியர்களுக்காக நான் இதை எழுதவில்லை. நல்ல ஆசிரியர்களுக்காகத்தான் ரூமியின் கவிதையை ஞாபகப் படுத்தினேன்.

பெரும்பாலான ஆசிரியர்கள் நல்ல ஆசிரியர்கள். அவர்களும் சில நேரங்களில் கோபத்தில் சறுக்கி விடுகிறார்கள். கண்மண் தெரியாமல் அடித்துவிட்டு 'அந்த நேரத்தில் என்னை எந்தப் பேய் பிடிச்சுச்சோ, அவன் அழுக அழுக அடிச்சுப் புட்டேன்' என்று கண் கலங்குகிறார்கள்.

பள்ளியில் உரசல் பல சந்தர்ப்பங்களில் வருகிறது. தலைமை ஆசிரியர் பணியைச் சுமத்தும்போது, பள்ளி நிர்வாகி அச்சுறுத்தும் குரலில் பேசும்போது, கல்வித் துறை அதிகாரி உடதேசிக்கும்போது மனதுக்குள் பற்றிக்கொண்டு வருகிறது. அப்போது எல்லாம் பொறுத்திருந்து பூமியாண்ட ஆசிரியர்கள், வகுப்பறையில் மாணவன் தன் பெஞ்சை இப்படி அப்படி அசைத்துக் குறும்பு செய்ததும் சீறிக்கொண்டு எழுகிறார்கள்.

உரசலில் தீப்பொறி கிளம்புகிறது. இதிலொன்றும் ஆச்சர்யம் இல்லை. கோபம் செல்லுபடி ஆகக்கூடிய இடம் இது. செல்லுபடியாகாத இடத்தில் நாமே ஜாக்கிரதையாக இருப்போம்.

நாங்கள் கல்லூரியில் கை ஓங்குவது இல்லை. பக்குவப்பட்டு விட்டோம் என்பதல்ல பொருள். திருப்பி அவன் கை ஓங்கினால், எங்களை மருத்துவமனைக்குக் கொண்டு செல்ல வேண்டி இருக்கும். கோபம் செல்லுபடியாகக் கூடிய இடத்தில்தான் சுயகட்டுப்பாடு தேவை.

பாண்டிச்சேரியில் நடந்த ஆசிரியர் சந்திப்பு ஒன்றில் நண்பர் ஒருவர் சொன்னார். "வராண்டாவில் சகமாணவர்களோடு விளையாடி வந்த மாணவன் எதிரே வந்த ஆசிரியர் மீது முட்டி மோதிவிட்டான். கோபங்கொண்ட ஆசிரியர் அவனை அடித்துவிட்டார். பக்கத்தில் நின்ற நான் 'தெரியாமல்தானே மோதினான். இதற்குப் போய் அடிக்கலாமா?' என்றேன். உடனே அவர் கோபம் தணிந்தது. கண்கலங்கினார். அவனிடம் மன்னிப்புக் கேட்டார். ஆசிரியர் மன்னிப்புக் கேட்டதும் மாணவன் சார்! சார்! என்று தேம்பி அழுது விட்டான்".

கோபம் உச்சிக்கேறிய சில நிமிடங்களைக் கடக்கவேண்டியது அவசியம். அதுதான் உணர்வு நிர்வாகம். குழந்தைகளை வளர்க்கிறவர்களுக்கும், குழந்தைகளுக்குக் கற்பிக்கிறவர்களுக்கும் உணர்வு நிர்வாகம் தேவை.

அழுத்தமான நேரங்களைக் கடக்கச் சிலருக்குச் சந்தர்ப்பங்கள் வாய்ப்பதுண்டு. பல ஆண்டுகளுக்கு முன் கல்லூரி வார்டன் ஒருவர் சொன்ன நிகழ்ச்சி எப்போதும் என் ஞாபகத்தில் இருக்கிறது.

படிப்பதற்கு ஒதுக்கப்பட்ட நேரத்தில் (Study Hour) அடிக்கடி வெளியே போய்விடுகிறார்கள் என்பதற்காக இரு மாணவர்களை விடுதியில் இருந்து வெளியேற்றினார் வார்டன். மாணவர் இருவருக்கும் ஆத்திரம். ஒரு ஞாயிற்றுக்கிழமை. வார்டன் வீட்டுக்குப் போய்த் தகராறு செய்வது என்று இருவரும் சைக்கிளில் கிளம்பினார்கள். வீட்டில் அவர் இல்லை. அவர் மனைவி இருந்தார். மிகச் சோர்ந்தவராகத் தெரிந்தார். இவர்களைப் பார்த்ததும் சற்று மலர்ச்சி. "யாரு தம்பி நீங்க? சாரு ஸ்டுடண்ட்ஸா? என்று கேட்டார். 'ஆமா' என்று மாணவர்கள் சொன்னதும், கெஞ்சின குரலில், 'வீட்ல தண்ணி சுத்தமா இல்லய்யா! அடுத்த தெரு முக்குல ஒரு அடிபைப்பு இருக்கு! ரெண்டு குடம் அடிச்சு எடுத்துட்டு வர்றீங்களா? சார் வெளியே போயிருக்கார்! வந்துருவார்!" என்றார். முப்பது ஆண்டுகளுக்கு முன் கடும் தண்ணீர்ப் பஞ்சம் இருந்த ஊர் அது!

தர்மசங்கடம்! ஒருவனுக்கு இதில் உடன்பாடு இல்லை. ஆனால் மற்றொருவன் கனிந்து விட்டான்.' சரி! இவுங்களோட நமக்கு என்ன சண்டை? சார் வரட்டும். பேசிக்கிடுவோம்!' என்று சொன்னான். குடங்களையும் சைக்கிளில் கட்டக் கயிற்றையும் வாங்கிப் போனார்கள். உச்சிக்கேறி இருந்த கோபம் இறங்கி விட்டது. ஆனால் செயற்கையாகக் கோபப்பட்டு 'அந்தாள் வரட்டும்! பேசிக்கிடுவோம்' என்று குமுறிக் கொண்டே பைப்பில் தண்ணீர் அடித்தார்கள். தண்ணீர் அடித்துத் திரும்புவதற்குள் சாரும் வந்து விட்டார். "ஏய்! நீங்களா? வாங்கப்பா! அதிசயமா இருக்கு!" என்று அவர்களைக் கையைப் பிடித்து வீட்டுக்குள் கூட்டிச் சென்றார்.

தண்ணீர்க் குடங்கள் கொண்டு வந்து தந்தவர்களை எந்த வீட்டுப் பெண்களாவது சும்மா அனுப்பி விடுவார்களா? மிக்சரும் காப்பியும் வந்தன. 'இந்தா! கூச்சப்படாம எடுத்துச் சாப்பிடுங்கப்பா!' என்று சார் வழக்கம்போல் அதட்டினார். ஆனால் இது வேறு மாதிரி அதட்டல். கனியச் செய்யும் அதட்டல். இருவரில் ஒருவன் மெதுவாகச் சொன்னான். "விடுதியில் இல்லைன்னா எங்க ஸ்காலர்ஷிப் கட் ஆயிரும் சார்!"

இந்நேரம் வரை அவர்கள் வருகையின் காரணம் குறித்து அவர் யூகிக்காமல் இருப்பாரா? "பிரின்சிபால் கிட்ட பேசுறேன். நான் பாத்துக்கிறேன். கவலைப்படாமப் போங்க" என்று அவர்களைத் தட்டிக் கொடுத்து அனுப்பினார். விடுதியில் சேர்ந்தது மட்டுமல்ல, அதற்குப் பிற்பாடு அவர்கள் இருவரும் வலது கை இடது கையாய் அவரோடு ஒட்டி இருந்தார்களாம்.

கோபத்தை மட்டுப்படுத்துவதற்கான சந்தர்ப்பம் எப்போதும் இதுபோல் வந்து கொண்டிருக்குமா? கட்டுப்படுத்தும் ஆற்றல் நம் கையில் இருக்க வேண்டும். அதற்குப் பயிற்சி தேவை. சரி!

சீடன் ஒருவன் ஜென் குருவிடம் தலை தொங்கிப் போய்ச் சொன்னான். "என்னால் தியானத்தில் ஈடுபட முடியவில்லை. என் கவனம் சிதறுகிறது. கால் வலிக்கிறது. சில சமயங்களில் தூக்கமும் வருகிறது. என் மீதே எனக்குக் கோபம் வருகிறது" என்றான். குரு அவனிடம் மிருதுவாகச் சொன்னார். "கவலை கூடாது. இந்த நிலை கடந்து போகும்!"

சில தினங்களில் அதே சீடன் குதியாட்டம் போட்டு வந்தான். "குருவே! இப்போது என் தியானம் வெற்றிகரமாக இருக்கிறது. தியானத்தில் முழுமையாகத் தோய்கிறேன். கவனம் சிதைவது இல்லை. ஆ! அற்புதம்!" என்றான்.

குரு சற்றுக் குரலை உயர்த்திச் சொன்னார். "ஆர்ப்பாட்டம் கூடாது. இந்த நிலை கடந்து போகும்". சீடன் திகைத்தான். பாராட்டை எதிர்பார்த்தான். குரு எச்சரிக்கையைத்தான் கொடுத்தார்.

கோபம், வருத்தம் மட்டுமல்ல...கொண்டாட்டமும் உணர்வு நிர்வாகத்துக்குள் இருக்கவேண்டும் என ஜென் உணர்த்துகிறது. கோபம் கொண்டபோது மட்டுமல்ல, கொண்டாட்டமான நேரங்களிலும் நாம் பிறரை அவமதிக்கிறோம்.

சாதாரண நேரங்களில் மாடசாமி என்று கூப்பிடுகிற என் பள்ளி ஆசிரியர், உற்சாகமாயிருக்கும் போது மடசாமீ என்று கேலியாய்க் கூப்பிட்டு வகுப்பறையில் சிரிப்பைக் கிளப்புவார். இது என் சொந்த அனுபவம். பழைய அனுபவம்.....

<h3 style="text-align:center">4
நன்றி சொல்லுங்க சார்...</h3>

பள்ளியில் இருந்தபடி, எம்.ஃபில், பிஎச்.டி முடித்துக் கல்லூரிக்குச் செல்ல ஆசைப்பட்ட ஆசிரியர் பலரைப் பார்த்திருக்கிறேன். பள்ளியில் இருந்து கல்லூரிக்கு விரிவுரையாளராகப் போய்ச் சேர்ந்து, ஒரு மாதத்திற்குள் வேண்டாம்டா சாமி என்று பள்ளிக்கே திரும்பிய ஆசிரியர் ஒருவரைச் சில ஆண்டுகளுக்கு முன் சந்தித்தேன். பள்ளியில் அவர் அறிவியல் ஆசிரியர். வரலாற்றில் உயர் படிப்புகளை முடித்துக் கல்லூரியில் வரலாற்றுத்துறை ஆசிரியராகச் சென்றார். வரலாற்று மாணவர்கள்தானே ஆசிரியர்களுக்கு வகுப்பில் கடினமான தேர்வுகளை வைத்துச் சோதிக்கிறவர்கள்!

எதனால் திரும்பிவிட்டீர்கள் எனக் கேட்ட போது; மனசு ஒட்டல என்று மூடிப் பேசியவர், உரையாடல் தொடர்ந்தபோது 'இங்கே மரியாதை இல்ல சார்!' என்று வெதும்பி உடைந்தார். அப்படியா என்றேன்.

"சார்! நீங்க பள்ளிக்கூடத்தில வேலை பாத்திருக்கணும்! எப்படிப் பசங்க! போர்டை அழிஞ்னா அழிக்க ஒருத்தன் ஓடுவான். அங்க குப்பையா இருக்கு கூட்டுன்னா உடனே ஒருத்தன் வெளக்கமாறு எடுப்பான். லைப்ரரியில போய் நான் கேட்டேன்னு இந்தப் புத்தகம் வாங்கிட்டு வான்னா அதுக்கு ஒருத்தன் பறப்பான். இங்க என்னடான்னா.... போய் சாக்பீஸ் டஸ்டர் எடுத்துட்டு வாங்கப்பான்னா ஒருத்தன் எந்திரிக்கணுமே! அழுத்திச் சொன்னா முறைக்கிறான்!"

"ஓ! பள்ளிக்கூடத்தில பசங்க இவ்வளவு ஒத்தாசையா இருக்காங்களா?"

"நீங்க வேற! போட்டி சார்! தலை வலிக்குது! போய் டீ வாங்கிட்டு வாரியான்னு கேட்டா நான் நீண்ணு போட்டி போடுவான்!"

விவரமற்றவன் என நினைத்து அவர் என்னிடம் காட்சிகளை விவரித்துக் கொண்டிருந்தார். மனித உரிமைக் கல்விப் பயிற்சிக்குச் சென்றபோது மாணவிகள் மைதானத்தைப் பெருக்கியதையும், மாணவர்கள் கக்கூஸ் அலசியதையும் கூடப் பார்த்திருக்கிறேன்... அதிர்ச்சி அடைந்திருக்கிறேன். என்ன சார் இது என்று ஓர்

ஆசிரியரிடம் கேட்டபோது, 'சுகாதாரப் பயிற்சி என்று சொல்லித் துப்பியோடப் பார்த்தார்.

பள்ளி மாணவர்களின் பணிவையும் பாசத்தையும் வர்ணித்துக் கொண்டிருந்த இந்த ஆசிரியரிடம், இறுதியாக ஒரே ஒரு கேள்வி மட்டும் கேட்டேன். "மாணவர்கள் இவ்வளவு வேலை செய்றாங்களே! ஒவ்வொரு வேலைக்கும் நீங்களும் பசங்களுக்கு நன்றி சொல்வீங்கதானே?..."

சில வினாடிகள் யோசித்துப் பார்த்துவிட்டு அவர் சொன்னார். "தேங்க்ஸ் சொன்னா கெட்டுப் போயிருவான்! ஆசிரியர் மாணவர்ங்கிற உறவு அத்துப்போகும்".

சினிமாவுக்குப் போனா கெட்டுப் போயிருவான் ...ஊர் சுத்துனா கெட்டுப் போயிருவான் என்றெல்லாம் சொல்லக் கேட்டிருக்கிறேன். இது புதிது. வேலைக்கு நன்றி சொல்ல மறப்பது மறுப்பது ஒருவித முதலாளி மனோபாவம். இது எப்படி பள்ளிப் பண்பாட்டில் நுழைந்தது?

ஜென் அனுபவம் ஒன்று நினைவுக்கு வருகிறது.

சிசிரி கோஜூன் என்ற ஜென் ஆசிரியர் ஒருமுறை தியானத்தில் இருந்தபோது, ஒருவன் திடுமென வீட்டுக்குள் நுழைந்து, கத்தியைக் காட்டிப் பணமிருந்தால் எடு என்றான்.

'போ! அந்த மேசை டிராயரில் இருக்கு! எடுத்துக் கொள்!' என்று சொல்லிவிட்டுத் தியானத்தில் ஆழ்ந்தார் ஆசிரியர்.

சில்லறையும் சில நோட்டுகளும் மேசை டிராயரில் இருந்தன. அதை எடுத்துக் கொண்டு அவன் நடையைக் கட்டினான். தன்னைத் தாண்டிச் செல்லும்போது 'நில்' என்றார் ஆசிரியர். "யாரிடமிருந்து எந்தப் பொருள் கிடைத்தாலும்" நன்றி சொல்லப்பா!" என்றார். அவன் சற்றுத் தயங்கி 'நன்றி ஐயா' என்று சொல்லிச் சென்றான்.

சில நாட்களிலேயே அவன் காவலர்களிடம் பிடிபட்டான். குற்றங்களை ஒப்புக்கொண்டான். ஆசிரியர் சிசிரி வீட்டில் பணம் எடுத்தது உட்பட. ஆசிரியரை அழைத்துக் காவலர்கள் கேட்டனர் "இவன் உங்கள் வீட்டில் பணம் திருடியது உண்மையா?"

ஆசிரியர் காவலர்களிடம் சொன்னார் : "பணம் எடுத்தது என் சம்மதத்தோடு. பிறகு நன்றி சொல்லிவிட்டு அல்லவா இவர் சென்றார்! நன்றி சொன்னபிறகு அது எப்படி திருட்டு ஆகும்?"

காவலர்கள் அவனை விடுவித்தனர். அது சரி. அவன் என்ன ஆனான்? திருந்தி ஆசிரியர் சிசிரியின் சீடனானான் என்பது சம்பிரதாயக் கதை முடிவு. யார் எந்த உதவி செய்தாலும் அவன் நன்றி சொல்லப் பழகிக் கொண்டான் என்பது தான் நமக்குத்

தேவையான கதை முடிவு. குழந்தைகள் செய்யும் சிறு சிறு உதவிகளுக்கும் நன்றி சொல்லத் தெரிய வேண்டும் என்பதுதான் பெற்றோரும் ஆசிரியரும் புரிந்துகொள்ள வேண்டிய கதையின் சாரம்... நன்றி சொல்லுங்க சார்!

5

எப்போதும் நிரம்பிக் கிடப்பவர்கள்....

'அதான் எனக்குத் தெரியுமே!' என்பது பழைய தமிழ்த் திரைப் படம் ஒன்றில் இடம் பெற்ற நகைச்சுவை வசனம். பூரி செய்வது குறித்துத் தங்கவேலு சொல்லித் தரும்போது அவர் சொல்வதைக் காதில் வாங்காமல் 'அதான் எனக்குத் தெரியுமே!' என்று முத்துலட்சுமி வெகு வேகமாக உரையாடலைக் கடந்து போவார்.

கல்லூரி ஆசிரியர்களுக்கான புத்தாக்கப் பயிற்சிக்குச் (Refresher Training) சென்ற போதெல்லாம் பார்த்திருக்கிறேன். எந்தப் புதிய உரையாடலையும் காதில் வாங்காமல் 'அதான் எனக்குத் தெரியுமே' என்று சிலர் உட்கார்ந்திருப்பார்கள்.

இப்படிச் சிலர் எப்போதும் நிரம்பிக் கிடக்கிறார்கள் ஒரு சொட்டுத் தண்ணீர் கூட ஊற்ற இடமில்லாத பாத்திரத்தைப் போல. வாழ்க்கை வழங்கும் புதிய தருணங்களையும் பழைய முகங்களுடனே சந்திக்கிறவர்கள் இவர்கள். தங்களைப் புதுப்பிக்காதவர்கள்;

புதிய புத்தகங்களைத் தேடி வாசிக்காதவர்கள்; கெட்டு வாடை அடிக்கும் பழைய அபிப்பிராயங்களால் நிரம்பிக் கிடப்பவர்கள்; இத்தகைய ஆசிரியர்கள் எப்போதும் மாணவர்களைக் குற்றஞ் சொல்லிக் கொண்டிருப்பார்கள்.

வகுப்பறை கசந்து சலித்த போது, மாணவர்களைக் குற்றஞ் சொல்லிக் கொண்டிராமல் வகுப்பறை குறித்த தமது புரிதலில் ஏதோ பிரச்சினை இருக்கிறது என்று அறிந்து கொண்டு உண்மை அறியப் புறப்பட்ட ஆசிரியர்களும் இருக்கிறார்கள்.

ஆசிரியப் பணியை ஒரு பழக்கமாகப் பார்க்காமல் பயணமாகப் பார்த்தவர்கள் இவர்கள். இவர்களில் குறிப்பிட்டுச் சொல்ல வேண்டியவர் கேத்தி ஸ்மால் (Cathy Small) என்ற பேராசிரியை. அமெரிக்கப் பல்கலைக் கழகத்தில் மானுடவியல் துறை சார்ந்தவர்.

தம் வகுப்பில் மாணவர்கள் கொட்டாவி விடுவதையும், பெஞ் சில் கவிழ்ந்து குட்டித் தூக்கம் போடுவதையும், கடைசிப் பெஞ் சில் அமர்ந்து சத்தமின்றிச் சாப்பிடுவதையும், விவாதங்களில் பங்கேற்க விருப்பமில்லாமல் இருப்பதையும் கவனித்துக் கவலை

கொண்டார் பேராசிரியை. ஆனால் மாணவர் மீது பழிபோட்டு அவர் தம் வருத்தத்துக்கு மருந்து தடவவில்லை. அவரே ஒரு மாணவராகி விடை கண்டுபிடிக்க விரும்பினார். ஐம்பது வயதைத் தாண்டிய நிலையில் அவர் ஓராண்டுப் படிப்பில் மாணவராகச் சேர்ந்தார். முதலில் மாணவர் ஒருவரின் தாயார் என நினைத்துச் சக மாணவர்கள் அவரிடம் இருந்து விலகி நின்றார்கள். பெரும்பாடு பட்டு இளம் மாணவர் கூட்டத்தில் தம்மை இணைத்துக் கொண்டார். மாணவர்களோடு கலந்ததும் இரு முக்கியமான உண்மைகள் அவருக்குப் புலப்பட்டன. மாணவர் உலகத்துக்கும

ஆசிரியர் உலகத்துக்கும் இடையே பெரிய இடைவெளி இருக்கிறது; மாணவர்களின் உள் உலகம் குறித்து ஆசிரியர்களுக்கு எதுவும் தெரியவில்லை என்பது முதல் உண்மை.

அமெரிக்க வகுப்பறைகளில் இன்றுவரை இனப் பாகுபாடு (racial discrimination) நீடிக்கிறது என்பது அதிர்ச்சி அளிக்கும் இரண்டாவது உண்மை. ஏழு ஆண்டுகளுக்கு முன் கண்டறிந்த உண்மை.

ஆசிரியர் தவறு என்று நினைத்து முகம் கடுப்பதை மாணவர்கள் எவ்வளவு இயல்பாக ரசித்துச் செய்கிறார்கள் என்பதையும் அவர் தம் அனுபவத்தில் புரிந்து கொண்டார்.

பேராசிரியராக இருந்தபோது தேர்வு எழுதும் மாணவர்கள் காப்பி அடிக்காதபடி கண்காணித்தவர், தாமே மாணவராகித் தேர்வு எழுதும்போது பின்னாலிருக்கும் மாணவர் காப்பி அடிக்க வசதியாக விடைத்தாளை விரித்து வைத்துத் தேர்வு எழுதினார்.

Rebekah Nathan என்ற புனைபெயரில் அவரெழுதிய My Freshman Year என்ற புத்தகம் நாம் அவசியம் வாசித்து விவாதிக்க வேண்டிய புத்தகம்.

மிகப் பிரபலமான ஜென் கதை இது. நூறு ஆண்டுகளுக்கு முன் நடந்த உண்மைச் சம்பவம் இது என்றும் சிலர் சொல்கிறார்கள்.

ஒரு பேராசிரியர் ஜென் குரு ஒருவரைத் தேடிச் சென்றார். தமக்குத் தெரிந்த விசயங்களை எல்லாம் அடுக்கிச் சொல்லி ஜென் குருவின் இதயத்தில் இடம் பிடிக்க அப் பேராசிரியர் முயன்றார். ஜென் குரு எதுவும் பேசவில்லை. பேராசிரியருக்கு ஒரு கோப்பையில் தேநீர் ஊற்றினார். மெல்ல ஊற்றினார். தொடர்ந்து ஊற்றினார். கோப்பை நிரம்பிவிட்டது. அதற்கு மேலும் ஊற்றினார். கோப்பையில் தேநீர் வழிந்தோடியது.

பேராசிரியர் பதறினார். "கோப்பை நிரம்பிக் கிடக்கிறது. மேலும் ஊற்றாதீர்கள். இது கொள்ளாது" என்றார். ஜென் குரு சிரித்தபடி சொன்னார்: "நீங்களும் இந்தக் கோப்பையைப் போலத்தான். இதுவரை படித்த படிப்பால் உண்டான அபிப்பிராயங்களால் நீங்கள் நிரம்பிக் கிடக்கிறீர்கள். நிரம்பிய பாத்திரத்தின் மீது ஜென் சிந்தனைகளிலொரு துளியும் ஊற்ற முடியாது. முதலில் உங்கள் கோப்பையைக் காலி செய்யுங்கள் ஐயா!"

புதிதாக ஒன்றை அறிந்து கொள்வதற்கும் கற்றுக் கொள்வதற்கும் தேவையானது எது? திறந்த மனமும், புதிய முகமும்தானே முதல் தேவை..

10

வீதியில் விதைத்த நம்பிக்கை

றெக்கை முளைச்ச சந்தோசம்

தின்று தீர்க்கும் தினசரி வாழ்க்கையில் இருந்து விடுபடுவது விடுதலைகளில் பெரிய விடுதலை; மகிழ்ச்சியில் பெரிய மகிழ்ச்சி.

புதிய அனுபவங்கள் புதிய மகிழ்ச்சியைத் தருகின்றன......

25 ஆண்டுகளுக்கு முன் 1991-ல் புத்தம் புது அனுபவமாய், கிராமத்து வீதிகளில் பிறந்தது அறிவொளி இயக்கம். எழுத்துக்களும் வார்த்தைகளும் உயிர் பெற்ற அனுபவம் அது.

ஒவ்வோர் இயக்கமும் ஒரு கவிதை போல! அயர்லாந்து புரட்சியை 'மகோன்னதமான அழகு' (A terrible beauty) என்று வர்ணித்தார் கவிஞர் யீட்ஸ்(W.B.Yeats). அறிவொளியும் ஓர் அழகுதான்..

'பட்டா' 'படி' இரண்டும்தான் அறிவொளி கற்பித்த முதல் வார்த்தைகள். தமிழில் எழுதச் சுலபமான எழுத்து 'ட'; அடுத்து 'ப். எனவே, இதுவரை எழுத்து அறியாதிருந்தவரும் ,பட்டா, , படி இரண்டையும் ஒரு தவறும் இல்லாமல் எழுதிக் காட்டினர். களைத்த முகங்களில் எழுத்தின் வெளிச்சம்!

ரேகை வச்ச வெரலுக்கு

றெக்கை முளைச்ச சந்தோசம்

என்று இந்தப் பரவசத்தைக் கவிதை வரிகளாக்கினார் எழுத்தாளர் வேல.ராமமூர்த்தி.

எத்தனை மாற்றங்கள்....

கட்டிடங்களுக்குள் கட்டுண்டு கிடந்த கல்வி வீதிக்கு வந்ததே முதல் பெரிய மாற்றம். வீதியில் ஒரு சுதந்திரம் இருந்தது. புத்தகங்களுக்குள் கட்டுப்படாத பாடத்திட்டம் இருந்தது. பாட்டும் சிரிப்புமான ஒரு வகுப்பறை இருந்தது. கல்வி வியாபாரிகள் கவனம் விழாத தூரம் இருந்தது. மாற்றத்திற்கான நம்பிக்கை இருந்தது.

கல்வியில் ஆதிக்கம் செலுத்திய மத்திய வர்க்கச் சிந்தனையும் மொழியும் உடைந்த இடம் அறிவொளி. "வாய்ப்பளித்தமைக்கு நன்றி கூறி என்னுரையை முடிக்கிறேன்" என்று அறிவொளியில் பேசினால் கைதட்ட மாட்டார்கள்; சிரிப்பார்கள்.

அவர்கள் பேச்சைக் கேளுங்கள். "ஒரு கரண்டி மாவுல ஊரெல்லாம் தோசை" என்கிறார்கள். அது என்ன? நிலா! இந்தக் கற்பனை நமக்குச் சாத்தியமா?

அவர்கள் கதை சொல்வதைக் கேளுங்கள்:

"ஒரு ஊர்ல ஒரு ராஜாவாம்! அவரு பொல்லாதவராம்!"

"ஒரு ஊர்ல ஒரு பண்டாரமாம்! அவரு போன திசை எல்லாம் பஞ்சம் பட்டினியாம்!"

இரண்டாவது வரியிலேயே கதை வேகம் எடுத்துவிடும். இந்த வேகம் நம் கதைகளில் உண்டா?....

'ஒரு முடிவெடுப்போம்' என்றொரு விவாதப் பயிற்சிப் புத்தகத்தைத் தயாரித்தோம். ஒவ்வொரு பயிற்சியிலும் ஒரு பிரச்சினையைச் சொல்லி அதற்கு நான்கு தீர்வுகளை முன்வைத்தோம். தீர்வுகளின் மீது மக்கள் பேசவேண்டும். 'யாருக்கு மாலை?' என்பது ஒரு பயிற்சி. நான்கு விதமான மாப்பிள்ளைகளை விவரித்து நம் வீட்டுப் பெண்ணுக்கு யாரைத் தேர்வு செய்வீர்கள்? எனக் கேட்டோம். விவாதம் தொடங்கியதுமே "ஆமா! இப்படித்தான் மாப்பிள்ளைகள் வரிசை போட்டு வாராணுகளாக்கும்! வீட்ல பொம்பளப் பிள்ளைகளுக்குக் கல்யாணம் பண்ணிப் பாருங்க! அப்பத் தெரியும்!" என்று சொல்லி விவாதத்தை முடித்தார் ஒரு மூதாட்டி. மூதாட்டி விட்டெறிந்த கல்லில் உடைந்து சிதறியது மத்திய வர்க்கச் சிந்தனைத் தளம்.

எத்தனை மலர்ச்சிகள்?...

நகரங்களில் பல வீடுகளில் பேச்சுச் சத்தமே கேட்பதில்லை. உறவினர் வருகையும் இல்லை. நம் வகுப்பறைகளும் இப்படித்தான் ஆகிவிட்டன. பேச்சு நிறைந்த வீடுகளும் சில உள்ளன இந்தக் காலத்தின் அதிசயங்களாக. அறிவொளி பேச்சு நிறைந்த வீடு போல. "குட்டப் பிள்ளைக்குக் குருணி நகை. அது என்ன?" என்று தொண்டர் விடுகதை போடுவார். (விடை: வெங்காயம்). பதில் வராது. 'ஒம்பது பேருக்கு ஒரே குடுமி. அது என்ன? நீ சொல்லு என்று பதில் விடுகதை போடுவார்கள் கற்போர். (விடை: வெள்ளைப் பூண்டு). தொடர்ந்து பஞ்சமில்லாமல் பேச்சும் சிரிப்பும்!

அறிவொளி ஒரு விதத்தில் பெண்களின் இயக்கம். படித்தோரும் படிப்பித்தோரும் பெரும்பாலும் பெண்களே! வீதியில் உட்கார்ந்து பலரும் பார்க்கப் படிப்பது ஆண்களுக்கு ஒரு கெளரவப் பிரச்சினை.

கற்றுக் கொடுத்த பெண்களில் பெரும்பாலோர் 7, 8 வரை படித்து நின்றவர்கள். வீட்டின் தினசரித் தேக்கங்களுக்குள் சிக்கியவர்கள். அங்கீகாரம் அற்றவர்கள்.

அழகுல பவளக்கொடி

வீட்டில சாணிக்கூடை

என்று சொலவடை சொல்வது அவர்களுக்காகத்தான். அவர்களுக்கான வாய்ப்பு அறிவொளி.

விருதுநகர் மாவட்டத்தில் பெண்குழந்தைகளுக்குப் போதும் பொண்ணு என்று பெயர் வைப்பார்கள். அடுத்தடுத்து பெண்குழந்தை பிறந்தால், கோயிலுக்குப் போய் ஒரு குழந்தைக்குப் போதும் பொண்ணு என்று பெயரிடுவார்கள். கடவுள் கோரிக்கையை ஏற்பார், அடுத்து ஆண்குழந்தை பிறக்கும் என்பது நம்பிக்கை!

அறிவொளிப் பெண்தொண்டர்களில் பலருக்குப் போதும் பொண்ணு என்று பெயர். போதும் பொண்ணு என்ற பெயர் கேட்டுச் சிரித்தவர் உண்டு. போதும் பொண்ணுகளே மலர்ந்து சிரித்தது அறிவொளியில்தான்.

மூளைக்கோளாறு என வீட்டுக்குள் பூட்டப் பட்டிருந்தாள் வளர்மதி. அவளை அறிவொளி விடுதலை செய்தது.

தொண்டர் ஆனாள். "என்ன சார்? பாடப்புத்தகத்தில அலுவலகம் அலுவலகம்'னு வருது. ஆபீஸ்'னு சொன்னாத்தான் சார் மக்களுக்குப் புரியுது" என்று எங்கள் பாடமொழியின் மீது அம்பெறிந்தவள்;

"நாங்கள் வாய்விட்டுச் சிரித்ததே அறிவொளியில்தான்" என்று மாவட்ட ஆட்சித் தலைவருக்குக் கடிதம் எழுதியவள் அவள்.

எத்தனை தடைகள்?....

பள்ளிப் பிள்ளைகள் கட்டிடங்களுக்குள் கல்வி பெறுவது, ஸ்டவ் தீ பற்றிக் கொள்வது போல; மரத்தடிகளில் உழைப்பாளி மக்கள் கல்வி பெறுவது காடு தீ பற்றிக் கொள்வது போல என்று அறிவொளியில் பேசுவோம்.

புத்தகம் கையில் எடுத்துவிடு

அதுவே உன் போர்வாள்

என்று கலைப் பயணங்களில் பாடுவோம். இது போதாதா ஆட்சியாளர்கள் மிரள?....

அறிவொளிப் பயணம் தடைகள் நிறைந்த பயணமாகவே இருந்தது. அறிவொளியின் ஒவ்வோர் அசைவின் மீதும் சந்தேகம் இருந்தது. பாடப் புத்தகத்தில் இருந்த பசி, குடிசை என்ற வார்த்தைகளின் மீது சந்தேகம் இருந்தது. பாரதியார், பாரதிதாசன் பாடல் வரிகள் மீது சந்தேகம் இருந்தது. அறிவொளி அலுவலகங்கள் பல திடீர் திடீர் என்று பூட்டப்படுவதுண்டு.

இயற்கையான தடைகளும் ஏராளம் இருந்தன. எரியாத தெருவிளக்கு, மழைக்காலங்களில் ஒதுங்கக் கட்டிடம் இல்லாமை இரண்டும் நிரந்தரப் பிரச்சினைகள். சாதிக் கலவரம் ஆபத்தான நெருப்பு! பல நாள் பாடுபட்டு, பல ஊர்களில் உருவாக்கிய மையங்கள் எல்லாம் ஒரே நாளில் உருக்குலைந்து சாயும்.

மிகப் பரிதாபமானது தொண்டர்களின் மரணம். பாம்பு கடித்து மாண்ட தொண்டர்களைப் பற்றிய செய்தி வந்த வண்ணம் இருக்கும்.

எத்தனை மதிப்பீடுகள்?....

ஆளுக்கொரு தராசை எடுத்து அறிவொளியை மதிப்பிட வந்தவர் பலர். எத்தனை பேர் கையெழுத்து போடத் தெரிந்து கொண்டார்கள்? என்ற ஒரு கேள்வியை அவர்களில் பலர் தாண்டவில்லை. அடிப்படைக் கற்றல் அளவுகளைப் (Minimum Level of Learning) பொருத்திப் பார்க்க வந்த நிபுணர்களும் உண்டு.

கட்டிடங்களுக்குள் நடக்கும் ரெஸ்டாரண்டுகளுக்கும், வீதியில் நடக்கும் இட்லிக் கடைக்கும் வித்தியாசம் தெரியாமல் வந்தவர்கள் பலர்.

போதும் பொண்ணு சிரித்ததையும், வளர்மதி விடுதலை பெற்றதையும் இவர்கள் எப்படி மதிப்பிடுவார்கள்?....

ஒரே ஒருநாள் அறிவொளி மையம் வந்து பட்டா, படி எழுதிப் போன கற்போர்; சில நாட்கள் தொடர்ந்து வந்து கையெழுத்து போடக் கற்றோர், தட்டுத் தடுமாறிப் பத்திரிகை வாசிக்க முன்னேறியவர்; தாமே தொண்டராக வளர்ந்தவர் என அறிவொளி விளைச்சல், பல நிலைகளில் பல வடிவங்களில் இருந்தது.

எதற்காகக் கல்விக்கூடங்கள்?.....

அறிவொளி நின்றதுமே, அதனை இயக்கிய அற்புதமான பெண்கள் பலர் கண்பார்வையில் இருந்து விலகி எங்கெங்கோ சென்றனர். அன்றாட வாழ்வு மீண்டும் வந்து கவ்வியது. வேலையும் திருமணமும் அவர்கள் சிரித்த சிரிப்பை அபகரித்துச் சென்றன. துர்மரணங்களும் நிகழ்ந்தன.

கல்விக்கூடங்கள் பிள்ளைகள் படிப்பதற்காக மட்டுமல்ல பிள்ளைகளைப் பாதுகாப்பதற்காகவும்தான் என்று நாங்கள் புரிந்து கொண்டதே அறிவொளியில்தான்.

இன்றும் இந்தியாவில் ஆண்டுக்கு 1,35000 குழந்தைகள், பிச்சையெடுக்கவும், முன்பின் தெரியாத நகரங்களில் வீட்டுவேலை பார்க்கவும், பாலியல் தொழிலில் ஈடுபடுத்தவும் கடத்தப்படுகிறார்கள். இவர்களில் பெரும்பாலோர் பெண்குழந்தைகள். அந்தக் குழந்தைகள் யார்? பெரும்பாலோர் பள்ளிக்குச் செல்லாதவர்கள்; பள்ளியில் இருந்து இடைவிலகியவர்கள்.

பள்ளி என்றதும் 'கற்றல்' குறித்தே பேசுகிறோம். பள்ளியோடு இணைந்தது கற்றல் மட்டுமல்ல; குழந்தைகளின் பாதுகாப்பும்தான். பள்ளிகளில் உள்ளவரை அவர்கள் பாதுகாப்பாக இருப்பார்கள். எட்டாம் வகுப்பு வரை பிள்ளைகளைத் தோல்வி என்ற பெயரில் ஒரே வகுப்பில் வைக்கவும் கூடாது; பள்ளியை விட்டு வெளியேற்றவும் கூடாது என்ற கல்வி உரிமைச் சட்டம் எத்தனை அவசியமானது என்பதை இன்றும் நினைவுபடுத்தி எச்சரிக்கிறது எழுத்தறிவு இயக்கம்.